PHƯƠNG TẤN

MÁU, NƯỚC MẮT VÀ TÔI

Phóng sự, Ký sự

NHÂN ẢNH
2025

Phương Tấn
Phóng sự & Ký sự
MÁU, NƯỚC MẮT VÀ TÔI
Cảm nhận: Vương Hồng Anh
(Nguyễn Chí Khả)
Bìa: Uyên Nguyên Trần Triết
Ảnh: Sưu tập
Biên tập: Quy Hồng
Dàn trang: Công Nguyễn
ISBN: 979-8-3492-9527-0

Hỏi ngày. Trời đất ngất ngư
Hỏi đêm. Biển động dường như sóng gầm
Hỏi người. Tưởng hỏi cõi âm
Hỏi mình. Cười ngất. Cười bầm ruột gan!

Nhà báo

VƯƠNG HỒNG ANH

ĐỌC
MÁU, NƯỚC MẮT VÀ TÔI
TÁC GIẢ: PHƯƠNG TẤN

TUYỂN TẬP PHÓNG SỰ, KÝ SỰ CÓ GIÁ TRỊ LỊCH SỬ VỀ MỘT GIAI ĐOẠN BI TRÁNG CỦA ĐẤT NƯỚC

Chúng tôi vừa nhận được tuyển tập phóng sự, ký sự MÁU, NƯỚC MẮT VÀ TÔI của nhà thơ, nhà báo, nhà văn tài ba Phương Tấn, do nhà xuất bản Nhân Ảnh ấn hành và gửi tặng.

Đây là một tuyển tập phóng sự, ký sự mà theo cảm nhận cá nhân tôi, rất có giá trị lịch sử, dẫn người đọc hiểu rõ về một số sự kiện theo dòng lịch sử.

Tuyển tập MÁU, NƯỚC MẮT VÀ TÔI gồm 4 phân tập:

Phần một: "**Đà Nẵng – Máu, Nước Mắt Và Tôi**", ghi lại những câu chuyện bi tráng xảy ra tại thành phố trung tâm của miền Trung mà tác giả đã chứng kiến trong nước mắt và trong nỗi đau tột cùng của một người cầm bút. Với những người ở tuổi cao niên, đã từng sống ở Đà Nẵng vào tháng Ba năm 1975, sẽ tìm lại cả một trời kỷ niệm bi thương.

Phần hai: "**Trung Úy Nguyễn Thành Trung – Người Dội Bom Dinh Độc Lập Là Ai?**", viết về phi công Nguyễn Thành Trung, người đã ném bom xuống Dinh Độc Lập vào tháng 4 năm 1975, với ghi nhận và tài liệu mà tác giả thu thập được.

Phần ba: "**Em Bé Napalm – Bức Ảnh Làm lay Động Thế Giới Về Chiến Tranh Việt Nam**", viết về bức ảnh cô bé bị trúng bom ở Tây Ninh vào năm 1972 và tác giả bức ảnh, một đề tài gây tranh cãi về nội dung và người chụp ảnh. Tất cả được tác giả trình bày khách quan và trung thực.

Phần bốn: "**Từ Con Đường Giải Phóng Dân Tộc Đến Vụ Thảm Sát Tết Mậu Thân Ở Huế Năm 1968**", viết về những người bạn "bên kia" trong cuộc chiến Mậu Thân năm 1968 với những cảm nhận sâu lắng xen lẫn bao nỗi buồn không nói hết được.

Ghi nhận của cá nhân tôi, đây là một tuyển tập phóng sự, ký sự rất có giá trị lịch sử và nhân văn, không chỉ dành cho thế hệ cao niên, mà cho cả giới trẻ đọc để hiểu được một giai đoạn lịch sử có cả nước mắt của ly tan và ngậm ngùi theo vận nước.

Xin được chia sẻ tập phóng sự, ký sự rất có giá trị này đến bạn đọc.

Vương Hồng Anh
(California USA, ngày 08 tháng 3-2025)

PHƯƠNG TẤN
TÂM TÌNH CÙNG BẠN

Nhờ có "Thẻ Báo Chí" và lăn lộn cùng máu lửa trong những ngày cuối tháng 3 và đầu tháng 4-1975 - thời gian mong manh và cay đắng nhất của chế độ Việt Nam Cộng Hòa, tôi đã thực hiện phóng sự nhiều kỳ: **"Đà Nẵng - Máu, Nước Mắt & Tôi"** và bài tường thuật nóng **"Trung Úy Nguyễn Thành Trung - Người Dội Bom Dinh Độc Lập Là Ai?"**. Cả hai bài đã đăng nhiều kỳ trên nhật báo Độc Lập trong tháng 4-1975, thu hút đông đảo bạn đọc.

Sau năm 1975, tôi ngạc nhiên! Vâng, tôi ngạc nhiên khi đọc được truyện ký **"Cánh Én Mùa Xuân"** của nhà văn, đại tá miền Bắc Hà Bình Nhưỡng đăng trên www.dongnai.org.vn cùng một số báo khác. Theo giới thiệu, truyện ký này đã in thành sách năm 1984, dựng thành kịch, nhận giải thưởng. Trong truyện ký, ông đã nhắc đến bài báo **"Trung Úy Nguyễn Thành Trung - Người Dội Bom Dinh Độc Lập Là Ai?"** của tôi đã đăng trên nhật báo Độc Lập số ra ngày 10 tháng 4-1975.

Về bức ảnh "**Em Bé Napalm**", tôi đã được gặp Nick Ut – tác giả bức ảnh, phóng viên chiến trường của hãng thông tấn AP (Associated Press) vào ngày 12 tháng 3 năm 2017 tại thành phố Santa Ana, California, Hoa Kỳ. Qua cuộc trò chuyện thân mật, phóng viên Nick Ut đã cho tôi biết nhiều điều thú vị và giá trị về bức ảnh. Cô bé 9 tuổi Phan Thị Kim Phúc vào ngày 8 tháng 6 năm 1972 trúng miểng bom Napalm làm áo quần bị đốt cháy và da thịt bị bỏng nặng đã làm lay động thế giới về chiến tranh Việt Nam.

Và cuối cùng trong tập MÁU, NƯỚC MẮT VÀ TÔI là bài: "**Từ Con Đường Giải Phóng Dân Tộc Đến Vụ Thảm Sát Tết Mậu Thân Ở Huế Năm 1968**" tôi viết năm tôi vào lính, giã từ giảng đường đại học, giã từ những người bạn Cộng Sản, chung nỗi đau cùng đồng bào tôi về cái Tết Mậu Thân ở miền Nam, trong đó đau thương nhất là vụ thảm sát tại Huế.

Vài năm trước, tôi có đọc một bài báo với tựa đề: "**Trả Sự Thật Cho Lịch Sử**" nói về "Chuyện Thật 30-4-1975". Trong đó tôi còn nhớ một đoạn trong bài báo trích lời của ông Nguyễn Trọng Xuất - Tổng thư ký Ban biên tập bộ Lịch Sử Nam Bộ Kháng Chiến khẳng định: *"Lịch sử không chấp* *nhận những cái gì người ta bịa ra. Lịch sử chỉ chấp nhận sự chân thật, và quần chúng chỉ được thuyết phục bằng sự chân thật của lịch sử".*

Vâng, bằng sự chân thật của lịch sử, tôi - một nhà báo, một công dân Việt Nam – tâm nguyện MÁU, NƯỚC MẮT VÀ TÔI được chia sẻ trọn vẹn ý nghĩa *"Trả sự thật cho Lịch Sử, Đồng Bào và Đất Nước tôi"*.

Phương Tấn
(California USA, ngày 01 tháng 01-2025)

ĐÀ NẴNG - MÁU, NƯỚC MẮT VÀ TÔI

Huy,

Như Huy đã biết, quê nội tôi ở Huế và quê ngoại ở Đà Nẵng. Tôi được sinh tại Đà Nẵng và Cha tôi đã bỏ nhà theo "cách mạng" lúc tôi còn quá nhỏ. Từ nhiều năm, tôi vẫn đánh vần được chữ Cha. Nhưng tôi chưa được sống với Cha, gọi ai bằng Cha và không biết thế nào là tình Cha Con.

Huy,

Như Huy đã biết, tôi có hai người anh và một em trai. Tất cả đều ở Đà Nẵng và đã lập gia đình. Trừ tôi, 28 tuổi còn mải mê với hoài bão viết sách, bán sách của mình để lấy tiền cấp học bổng, bảo trợ học sinh nghèo hiếu học, cứu giúp đồng bào tị nạn, mua đất xây dựng Trung tâm Sinh hoạt Thanh Thiếu Niên Việt Nam và lập làng Cô nhi Thương Yêu. Tôi đã bắt tay vào hoài bão được vài năm và đã thực hiện được phần nào tâm nguyện. Nay, trước một cuộc nội chiến bi thảm, khốc liệt, con đường đã chọn mỗi ngày một khó khăn. Mọi việc làm của tôi gần như gãy vụn.

Huy,

Tôi kêu thét lên: "Mẹ ơi!" và nước mắt ràn rụa khi biết Cộng Quân đã tiến vào Đà Nẵng, chiếm giữ nhiều nơi vào chiều ngày 29 tháng 3-1975. Đà Nẵng của tôi còn bà con tôi, bạn thân tôi, đồng bào tôi. Ôi chao, đông quá! Làm sao tôi kể hết đây! Nhưng trong tất cả, tôi yêu quý và nhớ thương Mẹ tôi nhất. Thôi, tôi đã mất! Hình ảnh Huế, Mậu Thân năm 1968. Rồi Quảng Trị, Mùa hè đỏ lửa năm 1972 bật sống dậy. Bất hạnh! Thật bất hạnh!

Huy,

Tôi đã sống cùng Đà Nẵng đến khi Đà Nẵng mất vào tối ngày 29-3-1975. Rồi không ngờ! Vâng, không ngờ tôi bị đưa đẩy bởi những người bạn cùng diễn biến của Đà Nẵng trong những giây phút cuối cùng. Tôi đã theo các bạn lên tàu lênh đênh trên biển suốt 5 ngày đêm để vào Nam. Và, tại Sài Gòn ngay phi trường Tân Sơn Nhất trong ngày 4 tháng 4-1975, tôi đã gặp và được nghe những người thân quen từ Đà Nẵng chạy vào kể thêm nhiều chuyện đau thương của chính họ.

Huy,

Ngày 06 tháng 4 năm 1975 với sự đồng ý của anh Hoàng Châu - Chủ nhiệm kiêm Chủ bút nhật báo Độc Lập, ký sự ĐÀ NẴNG - MÁU, NƯỚC MẮT VÀ TÔI với bút hiệu Phương Tấn đã được khởi đăng nhiều kỳ trên báo. Tất cả là nỗi lòng của tôi, trái tim của tôi dành cho Đà Nẵng. Vận nước, thật trớ trêu!

Huy,

Dù khó khăn và hiểm nguy thế nào, tôi cũng sẽ trở về Đà Nẵng trong những ngày tới. Mẹ ơi, con nhớ Mẹ!

Phóng sự nhiều kỳ:
ĐÀ NẴNG – MÁU, NƯỚC MẮT VÀ TÔI
trên nhật báo Độc Lập tháng 4-1975

1.
ĐÀ NẴNG NGÀY 27-3-1975. HỖN LOẠN!

Buổi sáng trời lất phất mưa, bầu trời u ám. Mặc dù đài phát thanh Đà Nẵng trấn an đồng bào bằng những lời đanh thép. Mặc dù Trung tướng Ngô Quang Trưởng - Tư lệnh Quân Đoàn I/Quân Khu I - đưa cả gia đình ông từ Sài Gòn ra Đà Nẵng để minh chứng quyết tâm sống chết với thành phố. Mặc dù chính quyền địa phương ban hành một đặc lệnh cho Quân Cảnh "bắn bỏ" những phần tử gây rối loạn. Mặc dù các cấp Chỉ huy nghiêm trị các binh sĩ bỏ hàng ngũ hay buông súng. Và mặc dù các cao ốc trong thành phố được bố trí cẩn mật, cũng như các cơ sở quân sự trọng yếu đều có chiến xa bảo vệ. Nhưng, tinh thần dân chúng trong thành phố vẫn giao động mãnh liệt từ nửa tháng nay khi các vùng đất cao nguyên thất thủ và đồng bào Quảng Trị, Thừa Thiên rồi Tam Kỳ, Quảng Ngãi, Hội An ồ ạt di tản vào Đà Nẵng.

Một khung cảnh hỗn loạn chưa từng thấy tại Đà Nẵng đã thực sự diễn ra từ sáng ngày 27 tháng 3-1975 khi các chiến xa T-54 của Cộng quân bao vây thành phố và tòa Lãnh Sự Mỹ đóng cửa. Ngay buổi chiều, một số người hung hãn đã đến tòa nhà này đập phá, hôi của.

Đà Nẵng bỗng trở thành một thành phố không pháp luật. Trên hai con đường "chợ trời" Khải Định và Ông Ích Khiêm cùng nhiều con đường khác trong thành phố, những cảnh giết chóc, cướp của, giật dọc như trong phim. Các hiệu buôn, quán ăn bị đập phá. Các xác chết nằm rải rác trên đường.

Thảm cảnh bắn giết, hỗn loạn, khuấy động lại được tăng thêm do số đặc công Cộng Sản trà trộn, len lỏi vào đồng bào tị nạn rồi giả dạng lính Thủy Quân Lục Chiến, Hải Quân, Không Quân cùng nhiều binh chủng khác.

Suốt tuần nay, đồng bào tràn vào phi trường mỗi lúc một đông. Họ ăn ngủ, chờ chực đêm ngày tại phi trường. Số phi cơ không đủ đáp ứng trước làn sóng người di tản nên anh em Không Quân liên tục bị chửi rủa, thù ghét và bị hăm dọa bắn bỏ. Một số đã bị đả thương, bị sát hại trên đường. Hôm nay, không còn một người lính Không Quân nào dám mặc quân phục đi bộ, hoặc dùng xe gắn máy ra đường. Họ rất sợ kẻ lạ bỗng dưng kêu tên mình.

Suốt ngày đêm 27 tháng 3-1975 pháo kích ào ạt dội xuống thành phố Đà Nẵng, phi trường và các bến tàu là những nơi đồng bào ùn ùn di tản, hứng chịu pháo kích liên hồi và dữ dội nhất.

* CHẠY BỘ KHỎI ĐÀ NẴNG

2.
ĐÀ NẴNG NGÀY 28-3-1975. HỐ THẲM!

● NIỀM HY VỌNG – AI BẢO LÀ ĐƠN GIẢN!

Từ sáng sớm, mặc kệ pháo kích, xe nối xe, người nối người, dày đặc cả thành phố. Từ đường Bạch Đằng đổ ra cầu Trịnh Minh Thế dài là thế mà người chen chúc như hũ mắm nêm chặt. Ngoài người dân Đà Nẵng, còn là đồng bào tị nạn từ các tỉnh chạy về, không thân thích, không trại tạm cư, không nơi nương tựa và đói khát.

Họ sống vất vưởng, trông chờ được lên những chiếc sà-lan ở những bến tàu bên kia cầu Trịnh Minh Thế. Nơi có những chiếc tàu của chính phủ và đồng minh neo đậu ngoài khơi sẽ đưa họ xuôi Nam. Niềm hy vọng của họ tưởng đơn giản nhưng lại thật mỏng manh!

Suốt cả ngày, một người đàn bà ốm yếu, phờ phạc vừa bồng vừa ẵm vừa dắt một đàn con cố vượt khỏi một khúc đường để đến gần bến tàu Sơn Chà. Và, từ bến tàu nóng như thiêu như đốt đó, người mẹ chen lấn, xô đẩy đàn con lên được một chiếc sà-lan. Nhưng, một đứa con của bà đã lạc mất trong đám đông. Lên được sà-lan thêm một đứa chết vì làn sóng người giẫm đạp lên đứa bé. Sà-lan vừa di chuyển thì thêm một đứa nữa bị chết ngộp. Và, bà đã bị rơi xuống biển vì đuối sức không gượng nổi khi đứng ở bìa sà-lan trước sự chèn ép, xô đẩy của mọi người.

Đó chỉ mới là giai đoạn xuống được sà-lan, chưa nói sự hiểm nguy chờ chực từ lúc sà-lan ra khơi đến lúc được bốc lên tàu bằng một tấm lưới bốc hàng hoặc một phương tiện nào khác.

Dù có bịt hai tai, che kín hai mắt nhưng đầu óc chúng ta vẫn vang dội đầy tiếng la khóc, kêu gào, điên dại của người cha lạc vợ mất con, của người mẹ nhìn một đứa con, hai đứa con và có thể nhiều nữa rớt xuống biển, hay chết dần trên đường di tản. Hãy nhắm mắt và nghĩ thêm những hình ảnh bi thương tương tự. Tất cả đều đã xảy ra trong ngày hôm nay tại Đà Nẵng.

• TÔI QUAY ĐI ĐỂ BỚT THẤY MÁU, XÁC NGƯỜI VÀ SỰ BẤT HẠNH

Sáng sớm hôm nay, những hàng kẽm gai, cổng sắt và nhiều chướng ngại vật đã bịt kín cổng vào phi trường. Quân Cảnh và Phòng Vệ Không Quân bắn chỉ thiên liên tục để ngăn chặn xe cộ và làn sóng người đặc kín trước cổng. Một số người, không thể phân định họ là ai, binh lính hay thường dân, Quốc gia hay Cộng sản cũng nổ súng loạn xạ lên trời. Dù vậy bất chấp hiểm nguy, người và người vẫn chen lấn, chui rúc và liều mạng nhảy qua hàng rào kẽm gai cùng các chướng ngại vật để vào được phi trường. Không ít người mình mẩy bị cào xước, áo quần tơi tả, đầu bị tét, máu me dầm dề.

Hôm nay, tôi không thấy một nhân viên Hàng không dân sự nào. Buổi sáng, hai chiếc phi cơ Air Vietnam từ Sài Gòn đáp xuống để đổ khách đã vội vã đóng kín cửa, quay về Sài Gòn. Khách đã mua vé của Air Vietnam chuyến vào Sài Gòn, phần lớn phải mua giá cao. Có người mua cả lượng vàng một vé cũng đành đứng khóc. Cảnh chen lấn, phẫn nộ, điên tiết của hàng hàng lớp lớp đồng bào tràn đầy phi đạo.

Buổi trưa, hai chiếc C130 của Không Quân đáp xuống phi đạo. Tiếng la hét, tiếng gào thét, tiếng súng nổ. Nhiều người lăn quay giãy chết. Rừng người đạp lên nhau để lên phi cơ. Tôi không thể đoán bao nhiêu người đã tràn lên được hai chiếc phi cơ đó. Vấn đề an toàn cho chuyến bay (an phi) đã không còn ý nghĩa trong lúc này. Cửa phi cơ đã đóng nhưng nhiều người vẫn cố phóng lên, bu ở cánh lái và níu lấy bánh đáp.

Phi cơ chuyển bánh, nhiều người bị rớt xuống phi đạo. Tôi quay đi để bớt thấy máu, xác người và sự bất hạnh.

Ngoài phi đạo và cả trong trạm tiếp liên đầy đặc người. Nhiều người ngất xỉu vì đói, vì bệnh, vì già yếu. Đâu có ai quan tâm đến họ trong lúc nguy khốn này.

Nhiều em bé lạc cha mất mẹ. Nhiều người đẩy con lên được phi cơ, nhưng họ bị kẹt lại. Những tiếng la khóc, kêu thét, rên xiết cùng khắp.

Truyền đơn "an dân" của Chính quyền Đà Nẵng rải đầy mặt đường nhưng không một ai buồn đọc. Không một ai còn yên tâm, tin tưởng giữa một thành phố ngập ngụa tiếng súng, pháo kích, máu me, xác người và hỗn loạn.

Nhận biết sự bất ổn nên chính quyền Đà Nẵng đã ban hành lệnh "Thiết quân luật" 24/24 giờ kể từ chiều 28 tháng 3-1975. Lệnh "Thiết quân luật" vừa ban ra thì 8 giờ tối Cộng quân pháo kích dữ dội vào thành phố; nhất là phi trường, bến tàu, khu quân sự cùng những nơi trọng yếu của Đà Nẵng. 12 giờ khuya tiếng pháo bớt dần, một số phi công trực thăng vội vàng chạy ra phi đạo tìm những chiếc trực thăng còn có thể sử dụng để cất cánh lánh nạn. Xác của 2 phi công lẫn 2 chiếc máy bay Cessna A-37 đụng phải ụ trực thăng khi cất cánh vẫn còn nằm trơ vơ trên phi đạo.

Điện trong phi trường bị cúp liên hồi. Tôi không được nhìn rõ mặt đồng bào, nhưng chắc chắn tôi nhìn được lòng họ - đầy dẫy những hình ảnh đen tối không khác những hố thẳm tuyệt vọng của Đà Nẵng.

* DI TẢN BẰNG XE

* XE DI TẢN CHẠY NGƯỢC CHIỀU
VỚI T-54 CỦA CỘNG QUÂN TIẾN VÀO ĐÀ NẴNG

* TRẺ EM BỊ LẠC CHA, MẤT MẸ

3.
ĐÀ NẴNG NGÀY 29-3-1975.
TUYỆT VỌNG!

● NGƯỜI VÀ NGƯỜI TỪ BÁNH ĐÁP VÀ CÁC BẬC THANG PHI CƠ RỚT XUỐNG PHI ĐẠO

4 giờ sáng, pháo kích rót như mưa vào phi trường Đà Nẵng và bớt đi lúc trời sáng. Không biết vì đạn pháo hay vì lí do nào khác mà đài Kiểm Báo ở núi Sơn Chà bốc cháy dữ dội. Đứng từ bờ sông Bạch Đằng, chúng ta có thể nhìn rõ từng cụm khói đen cao ngút.

Vì tình trạng pháo kích, cầu không vận bế tắc. Các chuyến bay đặc biệt của WAP và của Air Vietnam bị hủy bỏ. Phi trường Đà Nẵng và các ngã hướng về cầu Trịnh Minh Thế càng lúc càng bị tê liệt trước làn sóng hỗn loạn của người di tản.

Sáng hôm nay, những hàng kẽm gai và chướng ngại vật giăng kín cổng phi trường bỗng dưng được tháo bỏ. Đồng bào tay xách nách mang. Kẻ chạy bộ, người đi xe. La hét, khóc than, gọi nhau thê thảm trên đường.

10 giờ sáng, xe Tuyên Úy Công Giáo của Sư đoàn I KQ/Đà Nẵng chạy lòng vòng các ngã đường trong Sư đoàn, phát loa mời gọi đồng bào tập hợp tại sân banh Sư đoàn để được hướng dẫn lên phi cơ. Họ cũng cho biết, cầu không vận đã được tái lập, nhiều phản lực cơ đang được đáp xuống. Đồng bào vừa ùn ùn kéo ra sân banh thì pháo kích ào ào trút xuống. Mọi người chạy tán loạn như ong vỡ tổ. Khi pháo kích ngớt đi, tôi không còn thấy một ai tập hợp tại sân banh, kể cả chiếc xe của Tuyên Úy Công Giáo. Lạ hơn, tôi nhìn quanh không còn thấy bóng dáng Quân Cảnh hay Phòng Vệ Không Quân từ phi trường đến các trạm gác ra các ngã đường.

Khoảng 1 giờ trưa, ba chiếc phản lực cơ 727 vần vũ trên không giữa tiếng gào thét như điên dại của đồng bào và tiếng pháo kích không ngớt của Cộng quân.

Hình như không còn ai sợ chết. Tất cả tràn ra phi đạo và mỗi người chuẩn bị một cách để lên phi cơ. 3 chiếc phản lực cơ 727 không cách nào đáp xuống phi đạo giữa cơn mưa của đạn pháo, tiếng súng và rừng người hỗn loạn, đặc kín phi đạo.

Nửa giờ sau, một chiếc phản lực 727 đáp liều xuống với một khoảng phi đạo cực ngắn. Một người Mỹ trên chiếc 727 hoàn toàn bất lực dù đã nổ súng chỉ thiên để ngăn chặn bớt làn sóng người ồ ạt tràn lên phi cơ. Mới 5 phút, áo quần ông ta đã rách tơi tả đưa cả ngực trần và chiếc sì-líp trắng trông thật thảm não.

Cửa phi cơ đóng lại và vội vàng chuyển bánh. Tôi nhìn rõ một người đàn ông bị kẹp cứng giữa cánh cửa, hai cẳng chân thò ra ngoài không khí. Chiếc thang dành cho hành khách lên phi cơ đã không rút lên được vì các bậc thang đầy người đeo dính ở đó. Nhiều người khác chui vào hộc bánh đáp hay bấu cứng bánh đáp. Phi cơ lăn bánh, một số người từ bánh đáp và các bậc thang rớt xuống phi đạo.

Khi phi cơ cất cánh, số người còn lại ở các bậc thang bị bung ra như những chiếc bong bóng xì hơi. Trong những người chui tọt vào hộc bánh đáp tôi kịp thấy có Trung sĩ Nhất Tuấn ở Đoàn Chuyển Vận và Thiếu úy Lân ở Phi đoàn 253. Tôi không nhìn thấy hai người đó rơi ra khi phi cơ cất cánh. Tôi cầu nguyện cho hai anh được sống.

Như đã nói, chiếc phản lực cơ 727 liều lĩnh đáp xuống với một khoảng phi đạo cực ngắn. Và, để tránh tai nạn cho rừng người dầy đặc phi đạo, phi cơ đã phải cất cánh đứng. Một giờ sau, 7 chiếc C130 xuất hiện và bay vòng vòng trên không, không thể nào đáp xuống được.

Trong rừng người hỗn loạn, một số người với nhiều loại súng chĩa thẳng lên phi cơ bắn loạn xạ. 7 chiếc C130 lượn vòng vòng một lúc rồi bay mất hút giữa sự khóc than, đớn đau cùng cực của đồng bào chiến nạn.

● CHIẾN XA T-54 CỦA CỘNG QUÂN ĐÃ VÀO PHI TRƯỜNG VÀ XUẤT HIỆN Ở PHI ĐẠO

Càng về chiều, Cộng quân càng pháo kích ào ạt vào thành phố, nhất là phi trường và các bến tàu để chặn đứng làn sóng di tản. Lúc này, những chiến xa T-54 của Cộng quân đã vào phi trường và xuất hiện ở phi đạo. Đồng bào hoảng sợ ùn ùn kéo chạy ra cổng và các ngã trong phi trường giữa tiếng khóc la, kêu thét thất thanh của trẻ thơ, của những người già yếu, bệnh tật. Tôi nhìn thấy hàng trăm xác chết nằm la liệt, co quắp trên phi đạo do đạn pháo kích, đạn giành giật lên phi cơ, đạn phá hoại của Cộng quân và cả binh lính VNCH rã ngũ.

*** DI TẢN BẰNG PHI CƠ**

Chen nhau lên phi cơ

Đu bám phi cơ

Đu càng phi cơ

Đu càng phi cơ

Chấp nhận xa con để mong con được sống

4.
ĐÀ NẴNG NGÀY 29-3-1975.
MẤT THẬT RỒI!

● TRUNG TƯỚNG NGÔ QUANG TRƯỞNG CÙNG MỘT SỐ TƯỚNG TÁ LỘI NƯỚC RA TÀU HẢI QUÂN 404 ĐỂ VÀO NAM

3 giờ chiều ngày 29 tháng 3-1975, tôi lên một chiếc xe du lịch của nhân viên tòa Lãnh Sự Mỹ bỏ lại ở phi trường. Không phải mình tôi mà nhiều người suốt sáng nay, tôi thấy đã lấy nhiều loại xe còn "modern" hơn do những người đã lên được phi cơ bỏ lại. Không những xe hơi, xe máy mà còn nhiều, rất nhiều vật dụng như áo quần, tủ lạnh, radio, tivi... nằm la liệt trên đường. Những người đi trước bỏ lại, những người đi sau bỏ lại, và những người đi sau nữa... Rốt cuộc, không một ai mang được gì lên phi cơ.

Tôi đang định lái xe một vòng trong phi trường thì nghe Cộng quân đang ồ ạt kéo vào thành phố, kéo vào phi trường bằng chiến xa T-54. Tòa thị chính, Đài phát thanh, Ty Cảnh sát, Ngân hàng và các nơi trọng yếu khác... đã bị Cộng quân chiếm giữ.

Tôi liền bỏ xe hơi, lấy một chiếc Honda bên đường chạy ra phố xem sao. Đồng thời, ghé nhà thăm Mẹ tôi. Tôi vẫn giữ ý định ở lại Đà Nẵng. Dù trăm bề khốn khổ, dù ngàn lần thua thiệt tôi vẫn ở lại Đà Nẵng. Vì ở đó có Mẹ tôi.

Tôi đang nghĩ miên man thì có tiếng kêu ơi ới của Chuẩn úy Dung đang lái một chiếc xe Scout chở đầy người. Tôi nhìn lên thấy có Trung sĩ Vân, Trung úy Đạt, Thiếu úy Hòa... Và, có cả hạ sĩ Hai vừa bị thương vì đạn pháo.

Họ là những người bạn Không Quân đã thương yêu và giúp đỡ tôi rất nhiều trong tháng ngày tôi long đong làm báo và làm từ thiện ở Đà Nẵng.

Tất cả rủ tôi bỏ xe Honda để theo xe của anh em ra phố. Ở đó, sẽ có nhiều chuyện lạ cho tôi viết hơn là chui rúc trong phi trường để hứng pháo kích. Tôi từ chối. Hình như đoán được tâm tư của tôi, Chuẩn úy Dung và anh em hứa đưa tôi đi một vòng thành phố để "*sống thật viết thật*" rồi đưa tôi về nhà Mẹ tôi. Tôi giật mình kinh ngạc khi nghe Trung úy Đạt cho biết Trung tướng Ngô Quang Trưởng - Tư lệnh Quân Đoàn I/Quân Khu I - đã được lệnh "Rút bỏ Quân khu 1." Ông cùng một số tướng tá đã lặng lẽ bỏ Đà Nẵng lội nước... ra tàu Hải Quân 404/VNCH để vào Nam.

Đà Nẵng mất thật rồi! Tôi chết sững, rồi như kẻ mất trí, bần thần bỏ xe Honda, trèo lên ngồi cạnh Chuẩn úy Vân. Nhà nhà trong thành phố đều đóng kín cửa, nhưng trên mọi ngã đường đều lúc nhúc người. Tôi thấy cờ Mặt Trận Giải Phóng và cờ Phật Giáo được cắm trên một số mui xe jeep của quân đội VNCH bị Cộng quân tịch thu và trên tay một số người chạy bộ. Chuẩn úy Dung cho xe chạy qua cầu Trịnh Minh Thế nơi hướng ra biển Sơn Chà, Tiên Sa, Mỹ Khê, Non Nước... đang có tàu Hải Quân rước đồng bào di tản.

Ở đây đầy nghẹt người. Tôi nghẹn ngào nhìn thấy hàng trăm em bé, chắc là từ các cô nhi viện với những đôi mắt ngơ ngác, mệt mỏi ngồi nằm la liệt hai bên đường. Trời ơi! Rồi các em sẽ được gì ngoài sự đói khổ và mỏi mòn đến chết. Thiếu úy Hòa cho biết, hôm nay nước cạn, tàu Hải Quân đậu khá xa. Người di tản kẻ bơi, người lội, kẻ chèo ghe, người đi thuyền ra chỗ tàu đậu rồi bám lấy cầu thang chính hoặc cầu thang dây, hoặc được bốc lên tàu bằng một tấm lưới bốc hàng. Đồ đạc mang theo rơi xuống biển, rồi người và người rơi xuống biển. Ác nghiệt hơn nữa là mỗi lúc quân du kích với súng của Trung Cộng, của Liên Xô tràn ra, bắn vào ghe thuyền loạn xạ, ngăn cấm người di tản.

● MỘT KHẨU M-16 GÁC LÊN NÓN SẮT, BÊN CẠNH LÀ CHIẾC ÁO GIÁP VÀ BỘ QUÂN PHỤC

Chuẩn úy Dung cho xe chạy qua cầu và quẹo về hướng An Hải. Xe chúng tôi đã không còn chạy được trước một rừng người, rừng xe từ An Hải chạy ngược lại. Anh em trên xe cho biết, hôm nay tại các Kho lương thực An Hải, Kho gạo ngã 3 Cai Lang, Xưởng bánh kẹo Thanh Khê, Hãng nước ngọt BG, Trung tâm bán lẻ Quân Tiếp Vụ,... Đâu đâu cũng thấy biển người giẫm đạp lên nhau, bắn giết nhau, tranh giành nhau những gì có thể cướp giật được. Trên đường đi, tôi thấy các đơn vị quân đội, các doanh trại, các Trung tâm Huấn luyện đến các trại giam, nhà tù, quân lao đã trống hoe. Binh lính cởi bỏ quân phục chỉ còn mặc quần đùi áo lót chạy hớt ha hớt hải trên đường. Có lúc, tôi bắt gặp hình ảnh một khẩu M-16 gác lên nón sắt, bên cạnh là chiếc áo giáp và bộ quân phục trông thật bi thương.

Nhiều tiếng la hớt hải: "Việt Cộng tới, Việt Cộng tới". Chuẩn úy Dung quay xe trong lúc tôi chồm người ra hỏi người đi đường: "Đâu? Đâu?" Họ chỉ tay về phía trước: "Đó! Đó!" Tôi nhìn theo thấy những chiến xa T-54 treo cờ Mặt Trận Giải Phóng. Chuẩn úy Dung cố gắng cho xe chạy xuôi theo làn sóng người và rẽ qua phía biển Tiên Sa. Phải khen Chuẩn úy Dung lái xe cừ quá. Nếu không, đã cán lên người chạy bộ hoặc húc liên tiếp vào các xe chạy bạt mạng từ mọi phía. Càng gần Tiên Sa tiếng pháo càng nghe rõ. Và bỗng dưng, chúng tôi lọt vào tầm pháo của Cộng quân.

• TÌNH THƯƠNG YÊU CỦA TUỔI TRẺ MIỀN NAM CHÚNG TÔI

Những quả pháo thi nhau nổ quanh xe chúng tôi. Chuẩn úy Dung quay xe và chạy như ma đuổi. Đến gần chân núi Sơn Chà, tôi chợt thấy một đoàn chiến xa T-54 treo cờ Mặt Trận Giải Phóng tiến lên núi. Rải rác, tôi thấy một số xe Jeep của quân đội VNCH do Cộng quân tịch thu, treo cờ Mặt Trận Giải Phóng, cờ Phật Giáo. Trên xe, có bộ đội, có du kích, có cả thành phần chỉ điểm với mũ tai bèo và súng AK.

Chúng tôi đang loay hoay tìm một chỗ ẩn trốn pháo kích bỗng có hai người lính Hải Quân vọt lên xe, làm chúng tôi muốn thót tim vì tưởng Việt Cộng. Hai anh này chỉ cho Chuẩn úy Dung chạy về hướng một nghĩa địa. Hai anh cũng cho biết Cộng quân sau khi chiếm Tòa Thị Chính và phi trường Đà Nẵng cùng những nơi trọng yếu của thành phố, đã kêu gọi binh lính VNCH hạ vũ khí, đầu hàng và ra trình diện.

Không biết Chuẩn úy Dung lái thế nào, xe bỗng chui tọt xuống một cái huyệt vừa đào làm chúng tôi thêm một phen khiếp vía. Anh em cùng thảo luận về việc chạy thoát Đà Nẵng bằng đường biển. Một anh bạn Hải Quân chỉ tay về phía một căn cứ Hải Quân đối diện với nghĩa địa và bảo ở đó có một chiếc tàu hư. Nếu biết sửa, hy vọng sẽ chạy được. Tất cả cùng nói: "Khỏi lo! Khỏi lo!" Vừa nói, anh em vừa rút mỗi người một dụng cụ nào là mỏ lết, là kềm, là búa cất sẵn trong người đưa lên.

Tôi ngạc nhiên. Các anh cho biết mang theo để hộ thân không ngờ lại được việc. Bây giờ thì tôi chợt biết Chuẩn úy Dung và anh em chạy xe lòng vòng tìm tôi. Rồi "dụ dỗ" tôi ra phố để "Thấy và viết nhiều chuyện lạ." Nhưng thật ra, muốn tôi cùng vượt biển vào Nam. Họ không muốn bỏ tôi lại. Tôi xúc động muốn khóc. Cuộc nội chiến ròng rã bao năm đã cướp đi nhiều thứ. Nhưng, có một thứ không thể nào cướp được. Đó là tình thương yêu của tuổi trẻ miền Nam chúng tôi.

• ÔM NHAU NHẢY ĐỰNG NHƯ TRẺ NÍT ĐƯỢC QUÀ

5 giờ 30 phút chiều, pháo kích bớt dần. Chúng tôi lên xe chạy thẳng vào căn cứ Hải Quân. Căn cứ này đã bỏ hoang và còn một chiếc tàu hư mang số 3228 đã cũ rích. Một số anh em lụi cụi sửa tàu, một số anh em lo phá kho và lăn những phi dầu lên tàu.

Lúc này, tôi chợt thấy hai thanh niên mặc quần đen áo xanh lá cây, đội mũ tai bèo, ôm súng AK, mặt lạnh lùng đứng gác ở Cầu tàu gần đó. Thỉnh thoảng họ nhìn chúng tôi nhưng không nói, không cười.

Chúng tôi giả bộ như không nhìn thấy họ và tiếp tục làm việc. "Ô, Đồng bào! Đồng bào!" Một người bạn kêu lên. Tôi nhìn thấy đồng bào đông như kiến cỏ từ đâu ùn ùn kéo đến để xin lên tàu. Tàu quá nhỏ nếu chở hết sẽ bị chìm. Một anh bạn la lớn: "Bà con thông cảm. Tàu hỏng nặng không hy vọng sửa được." Tôi xúc động, muốn an ủi và hỏi thăm họ nhưng thấy vô ích vì điều ấy không cứu lấy mạng sống của họ nên đành im lặng với nước mắt ướt đẫm trên má.

Chiếc tàu sửa đến 8 giờ tối thì máy nổ. Chúng tôi ôm nhau nhảy dựng như trẻ nít được quà. Đồng bào tưởng tàu không sửa được nên đã bỏ đi, chỉ còn khoảng trăm người. Nếu ngồi ép và gió êm thì số người này có thể chứa hết và hy vọng thoát hiểm. Đồng bào quá vui mừng, cảm ơn rối rít. Có người sụp lạy trời đất khi chúng tôi đồng ý cho họ cùng theo. Tàu bắt đầu được đẩy xuống nước, tách bờ. Chúng tôi buồn thắt ruột khi chợt nhớ hai người bạn tình nguyện đi tìm một chiếc tàu khác trong căn cứ Hải Quân vì ngại chiếc tàu hư của chúng tôi không sửa được, đã không thấy về.

Vì không biết lái tàu, kể cả hai anh bạn Hải Quân, nên con tàu cứ chạy lòng vòng làm mọi người lên ruột. Trời ơi! Tàu chạy đã gần một tiếng đồng hồ nhưng nhìn kỹ vẫn là chỗ cũ. Nửa khuya, Chuẩn úy Dung đã bắt đầu điều khiển được con tàu chạy thẳng. Và ra khơi theo hướng dẫn của hai anh bạn Hải Quân.

● KHÔNG MỘT AI BIẾT MÌNH ĐANG Ở ĐÂU VÀ SỐNG CHẾT THẾ NÀO

1 giờ sáng ngày 30 tháng 3-1975, hạ sĩ Hai đã qua đời vì mảnh đạn pháo ghim vào ruột hành hạ và không có thuốc chữa. Anh em chúng tôi cùng đồng bào đã ngồi yên lặng, đau buồn lắng nghe gió đêm và sóng nước như tiếng nhạc đưa linh hồn một người bạn quý.

4 giờ sáng con tàu vẫn còn chạy dọc theo bờ và chưa thấy cửa biển. Chúng tôi đang hoang mang thì đạn pháo bỗng trút xuống ầm ầm theo hướng tàu chúng tôi. Một ngọn đèn pha từ núi Sơn Chà chiếu thẳng đến con tàu sáng rực. Rồi tiếp theo là cơn pháo dữ dội. Con tàu chồng chềnh nhiều lần như bị lật úp nhưng nhờ mây mù, bóng đêm và ơn trên, chúng tôi đã chạy thoát tầm pháo.

Một lúc, chúng tôi thấy đèn báo hiệu từ xa. Hai người lính Hải Quân reo lên: "Đã gần đến cửa biển". Tàu chạy theo hướng đèn. Nhưng, càng chạy đèn hiệu càng ít đi và một lúc không thấy đâu. Chúng tôi đang lênh đênh trên biển. Không một ai biết mình đang ở đâu và sống chết thế nào!

*** BƠI LỘI, CHÈO GHE, ĐI THUYỀN, LÁI CA NÔ, SÀ LAN ĐỂ RA TÀU DI TẢN**

5.
ĐÀ NẴNG, NGÀY 30-3-1975.
TÀU CỦA CHÚNG TÔI BỊ NGẬP NƯỚC, VỠ RA TỪNG MẢNG VÀ TRÔI LỀNH BỀNH!

10 giờ sáng ngày 30-3-1975, tàu đang chạy trong vô vọng thì hai anh bạn Hải Quân lại reo lên: "Đèn báo hiệu của tàu Hải Quân." Chúng tôi chưa kịp vui mừng thì liền đó mặt đã tái đi vì nghe 3 phát súng nổ. Trời ơi! Sao lại có súng nổ? Một anh bạn la lớn: "Việt Cộng bắn! Việt Cộng bắn!" Hai anh bạn Hải Quân khoa tay cười lớn: "Không phải. Không phải. Đó là thủ tục của tàu Hải Quân báo hiệu và gọi tàu mình đến".

Chuẩn Úy Dung không dám lái tàu đến vì ngại tàu Việt Cộng. Hơn nữa, tàu chúng tôi nhỏ lại đông người sợ sóng đánh. Một anh bạn Hải Quân mượn chiếc nón lá của một đồng bào làm hiệu. Tàu Hải Quân từ từ chạy đến thả thang đưa chúng tôi sang tàu họ.

Một sĩ quan Hải Quân yêu cầu bốn người trong anh em chúng tôi xuống lại tàu nhỏ thủy táng Hạ sĩ Hai. Tôi nhìn lần cuối khuôn mặt Hai. Khuôn mặt Hai bình thản đến vô tư! Chiến tranh đã cướp thêm của chúng tôi một người bạn quý. Vâng, Hạ sĩ Hai bình thản đến vô tư. Người lính nào trong chiến tranh, lại không mong ước hòa bình và đớn đau trước cái chết của người thân yêu! Đồng thời, họ cũng sắp sẵn cái chết cho chính mình trong chiến tranh. Đáng thương làm sao!

Anh em chúng tôi cùng đồng bào đều ngậm ngùi. Và, tôi đã khóc khi xác Hạ sĩ Hai được quấn chặt trong một chiếc chiếu cột thêm các vật nặng rồi thả xuống biển.

Tàu chúng tôi được tàu Hải Quân kéo theo. Và liền đó, biển động và mưa lớn suốt ngày. Tàu chúng tôi không chịu nổi nên bị bứt dây, ngập nước và vỡ ra từng mảng trôi lềnh bềnh, trông thật tội nghiệp.

* CHEN CHÚC DI TẢN TẠI CÁC BẾN TÀU

6.
ĐÀ NẴNG NGÀY 04-4-1975.
5 NGÀY LÊNH ĐÊNH TRÊN BIỂN CẢ!

Tàu Hải Quân vừa cứu chúng tôi, có nhiệm vụ rước đồng bào chiến nạn từ Đà Nẵng tìm được phương tiện ra khơi. Chiếc tàu đã chạy lòng vòng ngoài khơi suốt 2 ngày đêm để chờ đợi nhưng cuối cùng vẫn không tìm thấy một ai ngoài chiếc tàu hư của chúng tôi. Những ngày trên tàu, chúng tôi đã được Thủy thủ đoàn nuôi sống bằng những chén cháo lỏng.

6 giờ sáng ngày 02 tháng 4-1975, tàu cặp bến Cam Ranh. Chúng tôi được chuyển sang tàu Hải Quân khác đưa về Vũng Tàu vào sáng ngày 03 tháng 4-1975. Nhưng mãi đến chiều, chúng tôi mới được lệnh lên bờ. Từ đây chúng tôi cùng đồng bào thuê xe về Sài Gòn.

Tôi đến Sài Gòn tối ngày 03 tháng 4-1975 sau 5 ngày lênh đênh trên biển cả với đạn pháo, với đèn ma, với bạn chết, với biển động, với con tàu vỡ vụn, với đói khát và nỗi phấn đấu không cùng.

Giữa khuya Sài Gòn. Tôi thắp hương hướng về Đà Nẵng. Lạy tạ trời đất, cầu nguyện cho Đà Nẵng và xin lỗi Mẹ tôi. Chuẩn úy Dung và anh em đã quá thương yêu tôi, muốn tôi nhanh chóng ra khỏi Đà Nẵng. Ra khỏi một nơi đang là địa ngục và biết đâu, sẽ mãi mãi là địa ngục nên đã "dụ dỗ" tôi. Đưa tôi ra bến tàu để vào Nam. "Con quyết sẽ về lại Đà Nẵng. Mẹ ơi! Con nhớ Mẹ."

*DI TẢN BẰNG LƯỚI BỐC HÀNG LÊN TÀU

7.
ĐÀ NẴNG NGÀY 04-4-1975.
GIỮA LÒNG ĐỊA NGỤC!

● NHỮNG XÁC NGƯỜI RỚT XUỐNG BIỂN

Sáng ngày 04 tháng 4-1975, khi vào được Sài Gòn, tình cờ tôi gặp lại Trung sĩ Nhất Tuấn tại phi trường Tân Sơn Nhất. Anh Tuấn với khuôn mặt phờ phạc, đôi mắt thất thần. Anh cho biết anh sống sót cùng ba người nữa ở bánh đáp bên trái của chiếc phản lực cơ 727. Trong khi hàng chục người khác bị tuột tay hoặc không chịu nổi sức gió đã bị rớt xuống biển sau khi phi cơ cất cánh khoảng 15 phút. Anh kể, đôi mắt họ nở to dần, môi họ tím bầm và phồng lên, mặt họ tái mét trước khi bị rớt xuống biển.

Tôi hỏi anh, sao phi công không rút bánh đáp lên và tại sao anh và ba người nữa đã không tuột tay và chịu được sức gió, anh đáp: "*Trời ơi, tôi cứ tưởng đã chết bẹp khi thấy càng bánh đáp lay động và bánh đáp nhúc nhích. Nhưng có lẽ, nhờ đèn hiệu của bánh đáp, phi công biết có người trong đó nên không rút bánh đáp lên.* Anh kể tiếp: "*Vì chúng tôi chui tọt vào được trong hộc bánh đáp đeo cứng ở càng bánh nên sức gió bị cản lại. Hơn nữa, phi công lại cho phi cơ bay chậm nên chúng tôi chịu được.*" Anh Tuấn cũng cho biết anh đã bỏ lại một vợ sáu con ở Đà Nẵng. Lúc anh chui tọt vào hộc bánh đáp không cốt để vào Sài Gòn mà chính là để tìm một "cái lỗ" ẩn núp đạn pháo đang vãi xuống phi trường rồi bỗng dưng phi cơ lăn bánh và đưa anh đi.

● THOÁT CHẾT NHỜ QUẢ LỰU ĐẠN MẮC CỨNG Ở CỔ ÁO KHÔNG NỔ

Cũng tại phi trường Tân Sơn Nhất cùng ngày, tôi gặp được Trung úy Thái ở Phi đoàn 253 bạn thân của Thiếu úy Lân cũng là bạn tôi. Thái kể lại Lân sống được ngoài việc chui được vào hộc bánh đáp mà còn nhờ trái lựu đạn của một người phẫn nộ đã ném bừa lên phi cơ nhưng lại mắc cứng ở cổ áo của Lân không nổ. Lân chui tọt vào hộc bánh đáp bên phải.

Theo Trung úy Thái, ngoài sự việc chết người đó, Thiếu úy Lân còn có một kỷ niệm kinh hoàng là lúc phi cơ đáp xuống phi đạo Tân Sơn Nhất. Mặt anh gần như cà sát mặt phi đạo trong tiếng gầm rú ghê rợn của tiếng máy và bánh đáp. Thiếu úy

Lân xuống phi trường Tân Sơn Nhất với cái áo lót và chiếc quần đùi độc nhất trên người. Trên thân anh còn dính đầy máu. Máu văng ra từ xác những người bấu víu vào bánh đáp bị nghiền nát khi phi cơ chuyển bánh.

• TAI NẠN LẠC HƯỚNG Ở ĐỨC PHỔ

Trung úy Thái cũng tâm sự, anh ra đi cùng hai người bạn trên một chiếc trực thăng hết xăng vào lúc 3 giờ khuya ngày 28 tháng 3-1975. Khó nhọc và kỳ công lắm, chiếc trực thăng của anh mới thoát được vòng vây của rừng người di tản cũng như những mũi súng hăm dọa tại phi trường. Phi cơ anh đã bay vòng vòng đến 7 giờ sáng ngày 29 tháng 3-1975 mới đáp xuống được một cồn cát vắng người nằm khoảng một dặm về phía đông nam Đà Nẵng để kiếm xăng. Và chính ở đây, anh tình cờ đã cứu được Thiếu tá Phi đoàn trưởng 257 trong tai nạn lạc hướng (vertigo) ở Đức Phổ, lúc phi cơ của ông buộc phải đáp xuống vì sương mù.

• KHI NHỮNG NGƯỜI LÍNH MẶC ÁO QUẦN ĐÀN BÀ

Chiều ngày 04 tháng 4-1975, một người cũng chạy loạn từ Đà Nẵng vào mà tôi gặp là Thiếu úy Nguyễn Quốc Bảo. Bảo gặp tôi mừng rỡ và kể lại chuyện Bảo thoát được Đà Nẵng trong một trường hợp khá hi hữu.

Nguyễn Quốc Bảo kể, suốt hai ngày 27 và 28 tháng 3-1975 trong tình trạng hỗn loạn của phi trường Đà Nẵng, anh em Không Quân vẫn còn thấy Trung tá Nho và Đại tá Dở Không Đoàn Tiếp Vận đến thăm hỏi, an ủi và tìm mọi phương tiện để giúp đỡ việc di tản cho anh em. Riêng ông Nho là người sống chết cuối cùng với anh em trong giờ phút cực kỳ hiểm nguy của Đà Nẵng.

Bảo kể tiếp: *"Giữa tiếng pháo ồ ạt trút xuống phi trường, tôi cùng 5 người bạn và ông Nho vội vàng cởi đồ lính. Chúng tôi tháo tung một bọc vải vô chủ bị vất lại trên phi đạo. Bọc vải gói toàn áo quần đàn bà. Ông Nho la lớn giữa tiếng pháo: "Mặc đại vào. Đàn bà đàn ông gì cũng vậy miễn đồ thường dân là được."*

"Ôi, chúng tôi cười hay khóc đây! Cuộc chiến đảo lộn, không khác những cặp đồ đàn bà trên thân những người đàn ông chúng tôi lúc ấy. Tất cả trèo lên một chiếc xe jeep. Tôi thấy nhiều chiếc C130 bay vòng vòng trên không nhưng không một chiếc nào đáp xuống được. Xe chúng tôi chạy đến đâu, pháo kích đến đó. Những quả pháo chỉ cách chúng tôi vài thước. Một anh bạn la lớn: "Bị truy kích! Bị truy kích!"

● CHÚNG TÔI LÀ NHỮNG "DIỄN VIÊN" THỨ THIỆT

"Tôi hiểu ngay có tiền sát viên của Cộng quân. Một người bạn chỉ cho tôi thấy một chiếc xe đang theo sau. Tôi nhìn lui, xa xa một chiếc xe chở đầy bộ đội. Trước xe có cắm cờ Mặt Trận Giải phóng.

Pháo kích dữ quá. Chiếc xe bỗng chao nghiêng rồi một tiếng nổ như cơn địa chấn làm chiếc xe bung lên. Không hiểu sao, tất cả chúng tôi đều văng ra khỏi xe và cùng đổ nhào xuống một đường cống đang thi công. Diễn biến như điện chớp. Đến bây giờ chúng tôi vẫn không biết tại sao sống sót. Diễn biến như một kịch bản phim, và chúng tôi là những diễn viên "thứ thiệt." Ôi, ơn trên phù hộ!

● BẤT THÌNH LÌNH, ÔNG TA RÚT SÚNG CHĨA THẲNG VÀO CHÚNG TÔI

" Chúng tôi ra khỏi đường cống khi tiếng pháo kích hạ dần. Ông Nho vọt lên một chiếc Honda dẫn đầu và chúng tôi lên những chiếc xe Honda khác bỏ bên đường. Đến núi Sơn Chà, chúng tôi nhìn ra biển khơi rồi cùng chạy vào một căn cứ Hải Quân gần đó. Lục tìm mãi vẫn không thấy một chiếc thuyền máy nào bỏ lại.

Ông Nho lại đưa chúng tôi đến Bến Đá nơi ông thường đưa vợ con ra vui chơi và ngắm biển.

Tôi nhìn xuống chỉ có nước, nhìn lên chỉ thấy núi. Không còn một hy vọng nào. Ông Nho đứng yên lặng. Đôi mắt ông nhíu lại, miệng lâm râm, hình như ông cầu xin ơn trên.

Giữa sự vô vọng đó, bỗng một anh bạn hét lên: "Có tàu! Có tàu...!" Mắt ông Nho sáng lên, hai tay ông vẫy lia lịa: "Xin cho chúng tôi đi với! Cho chúng tôi đi với...!" Cách chúng tôi vài chục mét, hơi khuất sau một tảng đá lớn, tôi thấy một người đàn ông đang loay hoay đẩy một chiếc ca-nô màu vàng xuống biển.

Bất thình lình, ông ta rút súng chĩa thẳng vào ông Nho và bảo chúng tôi đứng im, ai bước tới ông bắn tức khắc. Ông Nho đưa hai tay lên đầu hàng. Ôi! May quá. Ơn trên lại phù hộ! Người đàn ông bỗng nhận ra ông Nho là người quen và chào mừng. Nhưng ca-nô nhỏ quá. Ông nói, chỉ cho một mình ông Nho đi thôi.

Ông Nho nài nỉ xin thêm một người, rồi lại một người và một người nữa... Cứ thế đến hết cả anh em chúng tôi. Vì ca-nô mắc cạn nên chúng tôi phải hì hục đẩy. Đẩy được xuống nước thì máy không nổ. Chúng tôi cùng cầu nguyện. Ông Nho chắp tay thành khẩn khấn vái.

Ca-nô bỗng nổ máy giữa sự vui mừng của mọi người. Ca-nô chạy thẳng ra bến Nam Thọ thì gặp được tàu Hải Quân đưa đến Cam Ranh. Từ Cam

Ranh chúng tôi bao một chiếc xe hàng về Nha Trang. Từ Nha Trang chúng tôi được phi cơ quân sự đưa về Sài Gòn".

* DI TẢN TRÊN HAI CHUYẾN TÀU CUỐI CÙNG NGÀY 29-3-1975

* CHUYẾN BAY CUỐI CÙNG NGÀY 29-3-1975 CHỞ 54 TRẺ MỒ CÔI TỪ ĐÀ NẴNG

8.
MỘT CƠN ÁC MỘNG HÃI HÙNG!

Có thật tôi đã từ giã một địa ngục. Có thật tôi không còn nhìn thấy trăm ngàn đen tối và ghê khiếp trước mắt. Có thật tôi sẽ tẩy xóa được nỗi ám ảnh khốn cùng đã bám riết, đã ăn cứng vào thịt da và trí não khi tôi được ra khỏi Đà Nẵng?

Tôi sinh tại Đà Nẵng. Đà Nẵng là nơi tôi ăn học từ nhỏ và Mẹ tôi đã dạy tôi thành người. Tôi tự hào là người Đà Nẵng dù nơi đó triền miên chiến tranh và Mẹ tôi một đời cơ cực. Tôi còn nhớ và nhớ mãi năm tôi 14 tuổi, tạp chí Gió Mới do nhà thơ Nguyên Sa làm chủ bút đã viết những dòng giới thiệu về thơ Phương Tấn. Trong đó, có bài thơ *Đà Nẵng, Trời Ni Đất Nớ* của tôi:

"Chính vì bị vây phủ bởi những hình ảnh thù nghịch nhưng lại không còn tìm được một tình thương yêu, một nơi ẩn náu cho tâm hồn, nên người trẻ tuổi của chúng ta rơi vào một cơn ác mộng hãi hùng. Trong đó, thế giới biến thành tha

ma, phố phường là nghĩa địa. Thật vậy, một khi quanh mình không còn một tình thân nào nữa, thử hỏi khoảng cách biệt giữa sống và chết có ra gì? Phương Tấn đã phác họa cảnh tượng kinh hoàng ấy trong những vần thơ mang nhiều hương sắc điên dại và nổi loạn...”

Dù khó khăn và hiểm nguy thế nào, tôi cùng sẽ trở về Đà Nẵng trong những ngày tới. Mẹ ơi, con nhớ Mẹ!

Phương Tấn
(Sài Gòn ngày 06 tháng 4-1975)

Nhật báo ĐỘC LẬP - Giám đốc: ĐINH VĂN PHÁT, Chủ nhiệm, Chủ bút: HOÀNG CHÂU - ĐT: 96262. Tòa soạn trị sự: 164 Võ Tánh Saigon. SÁNG LẬP NĂM 1970. BỘ MỚI SỐ 1626. THỨ NĂM ngày 17-4-75 (06 tháng 3 Ất Mão) 8 trang: 70 đồng.

* CỘNG QUÂN TIẾN VÀO ĐÀ NẴNG

* CỘNG QUÂN ĐI NAM VỀ BẮC

TRUNG ÚY
NGUYỄN THÀNH TRUNG,
NGƯỜI DỘI BOM DINH ĐỘC LẬP LÀ AI?

1.
NGẠC NHIÊN VỀ MỘT BÀI BÁO CỦA TÔI

Ngạc nhiên? Vâng. sau năm 1975, tôi ngạc nhiên khi đọc được truyện ký *"Cánh Én Mùa Xuân"* của nhà văn, đại tá miền Bắc Hà Bình Nhưỡng đăng trên *www.dongnai.org.vn* cùng một số báo khác. Theo giới thiệu, truyện ký này đã in thành sách năm 1984, dựng thành kịch, nhận giải thưởng. Trong truyện ký, ông đã nhắc đến bài báo **"Trung Úy Nguyễn Thành Trung - Người Dội Bom Dinh Độc Lập Là Ai?"** của tôi đã đăng trên nhật báo Độc Lập số ra ngày 10 tháng 4-1975.

Ngay sáng ngày 08 tháng 4-1975 – ngày Trung úy Nguyễn Thành Trung dội bom Dinh Độc Lập, vợ và con gái 5 tuổi của Trung úy Nguyễn Thành Trung bị tạm giữ tại phòng An Ninh thuộc Sư đoàn III/KQ/ Biên Hòa:

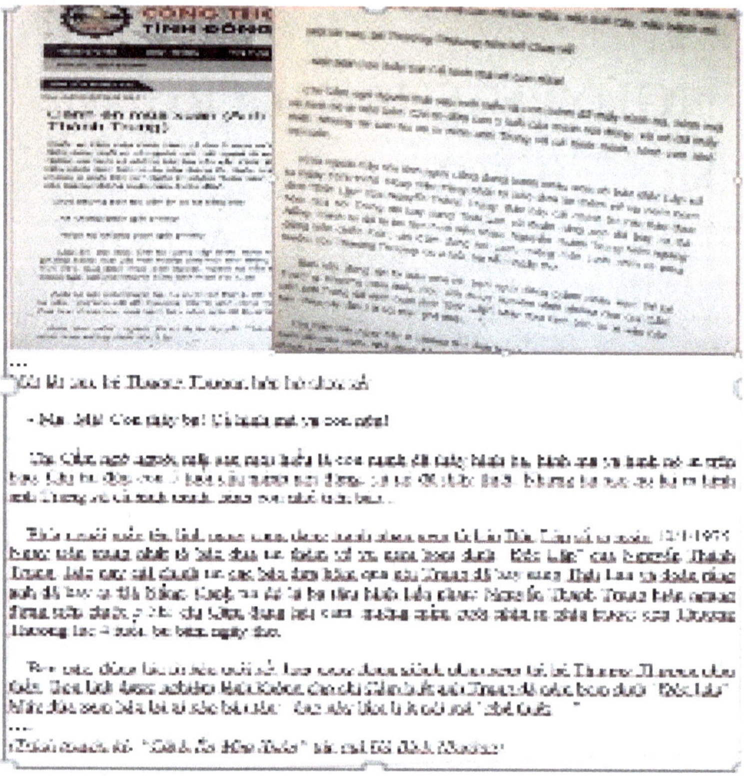

"...Má! Má! Con thấy ba! Cả hình má và con nữa!

Chị Cẩm ngó người mãi sau mới hiểu là con mình đã thấy hình ba, hình má và hình nó in trên báo. Chị tin đứa con 5 tuổi của mình nói đúng, và nó đã thấy thiệt. Nhưng tại sao họ lại in hình anh Trung và cả hình mình, hình con nhỏ trên báo.

Phía ngoài mấy tên lính ngụy cũng đang tranh nhau xem tờ báo Độc Lập số ra ngày 10-4-1975. Ngay trên trang nhất tờ báo đưa tin về vụ ném bom dinh "Độc Lập" của Nguyễn Thành Trung. Cạnh tin đó là ba tấm hình liền nhau: Nguyễn Thành Trung hiên ngang đứng trên chiếc F5E, chị Cẩm đang hái cam, miệng mỉm cười nhìn ra phía trước, còn Thương Thương lúc 4 tuổi, bụ bẫm ngây thơ.

"Ban nãy, đúng lúc tờ báo mới về, bọn ngụy đang giành nhau xem thì bé Thương Thương nhìn thấy. Bọn lính được nghiêm lệnh không cho chị Cẩm biết anh Trung đã ném bom dinh "Độc Lập." Mấy đứa xem báo lại xì xào bàn tán: "ông này lầm lì ít nói mà ghê thiệt..."

(*) Trích truyện ký: "Cánh Én Mùa Xuân" của nhà văn, đại tá miền Bắc Hà Bình Nhưỡng) nhắc đến bài báo của tôi đã đăng trên nhật báo Độc Lập số ra ngày 10 tháng 4-1975

2.
TỪ XÁC ĐỊNH SANG NGHI VẤN

Tôi nhớ rõ, buổi sáng ngày 09 tháng 4 năm 1975 tại tòa soạn nhật báo Độc Lập. Sau khi đọc bài tôi viết, anh Hoàng Châu – Chủ nhiệm kiêm Chủ bút nhật báo Độc Lập đã đề nghị tôi chỉnh sửa nhân thân của Trung úy Nguyễn Thành Trung từ "xác định" sang "nghi vấn" để giúp việc điều tra của cơ quan An Ninh được dễ dàng. Sau khi báo phát hành, số lượng báo tăng cao. Bài báo "**Trung úy Nguyễn Thành Trung, người dội bom dinh Độc Lập là ai?**" tôi ký bút hiệu Phương Phương trên nhật báo Độc Lập.

3.
CĂN NHÀ NHỎ, MỘT GIA ĐÌNH HẠNH PHÚC VÀ CÂY ĐÀN GUITAR KHÔNG CÓ DÂY MI

Một phi công 28 tuổi, người thấp, nước da trắng, tóc để dài, áo quần bay, bộ râu mép đen nhánh, mang lon Trung úy, phù hiệu Bạch Ưng, Phi đoàn 540, Sư đoàn III/KQ. Đó là Nguyễn Thành Trung - Người đã dội bom dinh Độc Lập sáng ngày 08 tháng 4-1975.

Ngay buổi sáng Trung úy Nguyễn Thành Trung vừa dội bom dinh Độc Lập, tôi đã theo một anh bạn phi công đến thăm nhà ông Trung. Anh là bạn của tôi cũng là bạn của Trung úy Nguyễn Thành Trung. Trung úy Nguyễn Thành Trung sanh năm 1947 tại Kiến Hòa, được đào tạo phi công tại Mỹ từ năm 1969 đến năm 1972. Vợ ông là bà Nguyễn Thị Cẩm sanh năm 1948 tại Mỹ Tho. Ông bà có 2 con gái là bé Nguyễn Thị Thương Thương 5 tuổi và bé Nguyễn Thị Thanh Phương 10 tháng tuổi. Ông bà ở nhà thuê tại Quốc Lộ 15 Biên Hòa. Căn hộ khá nhỏ, màu vôi trắng đã vàng ố. Trong nhà bày biện sơ sài và không có gì đáng giá ngoài một tủ lạnh nhỏ, một quạt máy để bàn, một máy thu thanh và đặc biệt một cây đàn guitar cũ kỹ thiếu dây Mi. Trong nhà không hề trưng bày hình ảnh, kể cả hình ảnh gia đình ngoài một tấm lịch treo tường. Áo quần, giấy má, đồ đạc được treo móc và vất bừa bãi.

Anh bạn cho biết, Trung úy Nguyễn Thành Trung là người rất kỹ tính, ham học hỏi và rất yêu vợ con. Hai vợ chồng sống hạnh phúc. Bà Trung thường bồn chồn, lo lắng mỗi khi ông Trung đi làm về trễ hoặc sai lời với bà. Hai vợ chồng đều ít nói, sống trầm lặng, hòa nhã với xóm giềng, ít bạn bè, ít ra ngoài, không tiệc tùng kể cả ngày sinh nhật của ông bà và con cái.

Anh bạn cười nói với tôi, nếu có cuộc thi "Yêu vợ, Thương con" thì "Trung Lùn" đoạt giải "vô địch." Sau giờ bay hoặc ở Phi đoàn về, "Trung Lùn" làm hết mọi việc trong nhà từ đi chợ, nấu ăn, dạy con học, tối tắm rửa, dỗ con ngủ. Ngoài ra, còn đọc báo và chơi nhạc tiền chiến với cây đàn guitar không có dây Mi cho vợ nghe. Người bạn cười lớn, đắc ý, cho biết thêm: *"Không biết chữ "Mi" hay "dây Mi" có ám ảnh gì cuộc đời của "Trung Lùn" mà không hề thấy "Trung Lùn" thổ lộ hoặc thêm dây*

Mi vào cây đàn. Tuy vậy, "Trung Lùn" đàn vẫn hay và có đàn thì chỉ đàn cho vợ con nghe thôi. Tôi, đôi lần được nghe là nghe lén đó Phương".

4.
TRUNG ÚY NGUYỄN THÀNH TRUNG DỘI BOM DINH ĐỘC LẬP VÀ NHỮNG KHUẤT TẤT?

8 giờ sáng ngày 08 tháng 4-1975, Phi tuần Bạch Ưng 31 với 3 chiếc F5-E thuộc Phi đoàn 540 do Đại úy Ngô Hoàng làm Phi tuần trưởng cùng với Thiếu tá Huỳnh Duy Anh và Trung úy Nguyễn Thành Trung, đồng cất cánh tại Sư đoàn III/KQ để thực hiện mục tiêu oanh kích tại Phan Thiết. (Trung úy Nguyễn Thành Trung chỉ là hoa tiêu dự bị, được thay Trung úy Nguyễn Văn Lượm là hoa tiêu chính thức, nghỉ đột xuất có phép). Đúng 8 giờ, Đại úy Ngô Hoàng và Thiếu tá Huỳnh Duy Anh phải bay trước vì Trung úy Nguyễn Thành Trung viện cớ phi cơ mang số đuôi 638 của ông bị một chút trục trặc cần xem lại. Và, sẽ bay sau vài phút. Được biết, chiếc F5-E của ông được trang bị 4 quả bom loại 500 cân Anh.

Không đến 10 phút, Trung úy Nguyễn Thành Trung báo cho Đài Kiểm soát Không lưu của Sư đoàn cho cất cánh để theo Phi tuần Bạch Ưng 31.

Nhưng, khi cất cánh, thay vì bay theo hướng Phan Thiết, Trung úy Nguyễn Thành Trung lại bay về hướng Sài Gòn, và đã thả 2 lần bom xuống dinh Độc Lập nơi Tổng thống Nguyễn Văn Thiệu và nội các đang làm việc. Lần đầu, thả 2 quả bom không trúng mục tiêu. Lần hai, 1 quả bom trúng mục tiêu nhưng không nổ. Phi cơ hạ cánh xuống phi trường Phước Bình tỉnh Phước Long thuộc vùng kiểm soát của Cộng Quân.

Việc dội bom của Trung úy Nguyễn Thành Trung xuống dinh Độc Lập xuất phát từ động cơ nào? Và, Nguyễn Thành Trung. Ông là ai? Là Đảng viên, là Điệp viên, là Nội tuyến của Cộng Sản trong hàng ngũ Không lực Việt Nam Cộng Hòa? Là và là... Nhiều người còn cho rằng Trung úy Nguyễn Thành Trung đã khai man lý lịch. Nguyễn Thành Trung không phải là tên thật của ông. Đằng sau con người này, chắc chắn còn rất nhiều khuất tất!

Khuất tất mới đây trong một lần bay huấn luyện F5 tại Sư đoàn III/KQ/Biên Hòa. Trung úy Nguyễn Thành Trung (leader, bay phía trước), Thiếu úy phi công Nguyễn Thăng Long (wingman, bay phía sau). Nghi vấn: Nguyễn Thành Trung bay tụt hậu, bắn vào phi cơ Nguyễn Thăng Long rồi nhảy dù thoát chết làm Nguyễn Thăng Long chết tan xác trên không cùng 2 chiếc F5 bị rớt. Ngay sau khi Nguyễn Thành Trung thả bom dinh Độc

Lập, lộ nguyên hình Cộng Sản, nghi vấn này được "dân bay" râm ran suốt hôm nay.

Khuất tất gần nhất, là thời gian được biệt phái tại Sư đoàn I/KQ/Đà Nẵng, Trung úy Nguyễn Thành Trung đã không chọn cơ hội phá hủy mười mấy chiếc F5 nằm tại phi trường này trong những ngày hỗn loạn 27-28-29 tháng 3-1975, mà lo chạy về Sài Gòn ngày 28 tháng 3-1975 rồi xuống ngay Sư đoàn III/KQ Biên Hòa khi biết mình sẽ thay Trung úy Nguyễn Văn Lượm là hoa tiêu chính thức để thực hiện kế hoạch dội bom Dinh Độc Lập.

Viên phi công bạn tôi cũng là bạn của Trung úy Nguyễn Thành Trung nhấn mạnh: "*Tất cả đồn đoán và suy luận của nhiều người hiện nay không phải là vô căn cứ. Bên An Ninh đang điều tra và sẽ làm sáng tỏ nhân thân cùng những việc làm khuất tất của Nguyễn Thành Trung.*"

5. VỢ VÀ CON CỦA TRUNG ÚY NGUYỄN THÀNH TRUNG SAU VỤ NÉM BOM?

Có thể để tránh bị lộ cho mình và ngại không an toàn cho vợ con, nên Trung úy Nguyễn Thành Trung đã không chọn giải pháp đưa vợ con di tản hoặc trốn tránh trước, mà vẫn để vợ con ở lại cho dù có thể bị bắt và chịu sự khai thác của bộ phận An Ninh. Có lẽ theo cách nghĩ của Nguyễn Thành Trung, bên An Ninh chắc chắn sẽ không khai thác được gì. Vì ông không hề thổ lộ trước việc ông làm với vợ con. Ông còn "ngầm tin" vào chính sách nhân đạo của chính phủ Việt Nam Cộng Hòa và vào cuộc nội chiến Việt Nam sắp kết thúc? Nếu phần thắng thuộc về Cộng Sản Bắc Việt, vợ con ông sẽ không bị ảnh hưởng đến tính mạng và sớm được tự do "trong vinh quang".

Có thể vì cách nghĩ này mà ngay sau khi những trái bom của ông thả xuống Dinh Độc Lập, nhiều người cho rằng nhân dân miền Nam sẽ còn hứng chịu những trái bom ác nghiệt khác của Trung úy Nguyễn Thành Trung trong những ngày tới.

Phương Tấn
(Nhật báo Độc Lập ngày 10 tháng 4-1975)

Trung úy Nguyễn Thành Trung trên phi cơ A37 thuộc Phi đoàn 526/Cần Thơ.

Trung úy Nguyễn Thành Trung trên phi cơ F5E-638 thuộc Phi đoàn 540 Sư đoàn III/KQ/Biên Hòa.

Phi cơ F5E-638 trưng bày tại khuôn viên dinh Độc Lập sau 1975.

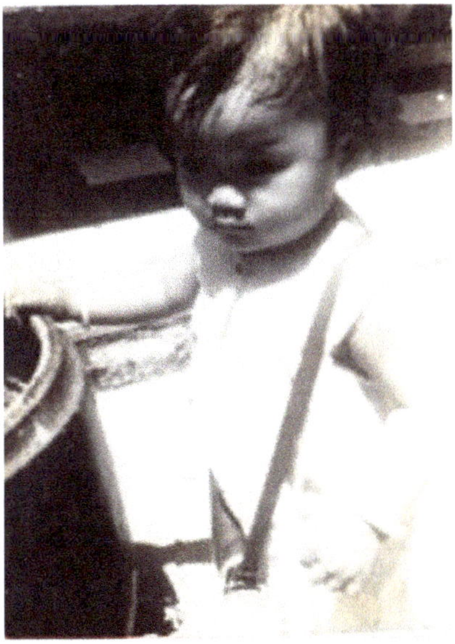

Cháu Nguyễn Thị Thương Thương – con gái đầu lòng của Trung úy Nguyễn Thành Trung.

Bà Nguyễn Thị Cẩm – vợ Trung úy Nguyễn Thành Trung.

"EM BÉ NAPALM" -
BỨC ẢNH LÀM LAY ĐỘNG THẾ GIỚI VỀ CHIẾN TRANH VIỆT NAM

1.
TỔNG THỐNG HOA KỲ NIXON KHÔNG TIN BỨC ẢNH EM BÉ NAPALM LÀ THẬT

Tôi đã được gặp Nick Ut, phóng viên chiến trường của hãng thông tấn AP (Associated Press) – tác giả bức ảnh **"Em Bé Napalm"** đã làm lay động thế giới về chiến tranh Việt Nam - vào ngày 12 tháng 3 năm 2017 tại thành phố Santa Ana, California, Hoa Kỳ. Qua cuộc trò chuyện thân mật, phóng viên Nick Ut đã cho tôi biết nhiều điều thú vị và giá trị về bức ảnh **"Em Bé Napalm"** - Cô bé 9 tuổi Phan Thị Kim Phúc vào ngày 08 tháng 6 năm 1972 trúng miếng bom Napalm làm áo quần bị đốt cháy và da thịt bị bỏng nặng. Cô bé trần truồng, kêu la, hoảng loạn chạy trên Quốc Lộ 1, Trảng Bàng, Tây Ninh.

Bức ảnh được in trên bìa báo New York Times, được chọn làm ảnh báo chí thế giới năm 1972, được xếp thứ 41 trong 100 bức ảnh có tầm ảnh hưởng nhất của thế kỷ 20 do Đại học Columbia, New York (Columbia University) bình chọn. Giới truyền thông thế giới gọi Phan Thị Kim Phúc là "**Em bé Napalm**".

Bức ảnh "**Em bé Napalm**" là một trong bốn bức ảnh (*) gây rúng động và ám ảnh nhất về chiến tranh Việt Nam trên toàn thế giới trước năm 1975. Hệ quả đã góp phần làm sụp đổ một chế độ và kết thúc cuộc chiến Việt Nam. Chính Tổng thống Hoa Kỳ Nixon khi xem bức ảnh đã không tin bức ảnh là thật mà cho là do cắt ghép.

Ngay sau khoảnh khắc kinh hoàng đó, phóng viên Nick Út đã đưa cô bé Phan Thị Kim Phúc vào bệnh viện. Phan Thị Kim Phúc bị bỏng độ 3 ở tay, chân và lưng, trải qua 17 cuộc phẫu thuật, hơn 14 tháng điều trị. Nick Ut vẫn thường đến thăm Phan Thị Kim Phúc đến khi ông rời Việt Nam năm 1975.

2.

TÔI XẤU XÍ. MẤT HẾT ƯỚC MƠ. MẤT CẢ TƯƠNG LAI

Phan Thị Kim Phúc sinh năm 1963 tại Trảng Bàng, Tây Ninh. Nhiều năm sau phẫu thuật, Phan Thị Kim Phúc được sống sót, nhưng sống với những vết sẹo trên thân, những cơn đau kéo dài, nỗi tuyệt vọng đeo bám và đôi lần cô đã muốn tự tử.

Trong bộ phim tài liệu: *"Photos That Changed The World – Bức ảnh làm thay đổi thế giới"* của kênh truyền hình History Channel, cô thổ lộ:*"Tôi xấu xí. Mất hết ước mơ. Mất cả tương lai..."*. Cô luôn ám ảnh về quá khứ, thù ghét cuộc sống không bình thường của cô và từ đó cô mơ ước trở thành bác sĩ. Cô lao vào việc học và miệt mài ở thư viện cốt đi tìm mục đích sống cho mình. Sau khi đỗ trung học, cô theo học trường Y tại Sài Gòn.

Thời gian này, Kim Phúc sống không yên bởi sự săn đuổi của giới truyền thông trong nước cũng như nước ngoài. Kim Phúc không muốn mình là công cụ cho chiến dịch tuyên truyền chống "đế quốc Mỹ". Cô quá buồn chán và nghỉ học.

3.
SỰ THA THỨ
ĐÃ GIẢI THOÁT TÔI KHỎI LÒNG THÙ HẬN

Năm 1986, Kim Phúc được tuyển chọn học tiếp ngành Y tại Đại học La Habana, Cuba. Năm 1992, Kim Phúc lấy chồng. Chồng cô cũng là một sinh viên du học. Sau tuần trăng mật từ thủ đô Moskva của Nga về lại Cuba, khi máy bay hạ cánh xuống Newfoundland của Canada để tiếp nhiên liệu, vợ chồng Kim Phúc đã xin tị nạn chính trị và được định cư tại Canada.

Những cơn đau thể xác vẫn không tha, tiếp tục hành hạ bà mỗi ngày. Kim Phúc cắn răng chịu đựng trong đớn đau những cơn phẫu thuật laser liên tiếp tại Miami, Hoa Kỳ. Bà bộc bạch: *"Chiến tranh đã gần như phá hủy cơ thể và cuộc đời tôi. Nhưng, tôi muốn nói rằng thế giới vẫn có thể trở nên tốt đẹp nếu chúng ta cùng học cách chung sống trong hòa bình, hy vọng và tha thứ."*

Năm 1994, bà được mời làm Đại sứ Thiện chí của tổ chức UNESCO (United Nations Educational Scientific and Cultural Organization) để giúp đỡ trẻ em chiến tranh trên toàn thế giới. Thời gian này, bà sáng lập *"Kim Phuc Foundation International"* – một tổ chức phi lợi nhuận đặt tại Canada và Hoa Kỳ.

Năm 1996, tại Bức tường tưởng niệm CHIẾN TRANH VIỆT NAM ở Washington DC Hoa Kỳ trong Ngày Cựu Chiến Binh, bà được mời đến nói chuyện trước hàng ngàn cựu chiến binh Mỹ. Bà đã phát biểu: *"Không ai có thể thay đổi quá khứ, nhưng mỗi người đều có thể chung tay xây dựng một nền hòa bình cho tương lai".*

Năm 2004, bà được mời đến nói chuyện tại Đại học Connecticut Hoa Kỳ về lòng nhân ái và sức mạnh tinh thần để đối đầu với sự đau đớn của thể xác.

Trong các năm 2004, 2005, 2011 bà được các Đại học York, Queen, Lethbridge tại Canada trao tặng bằng Tiến sĩ Danh Dự vì những nỗ lực giúp đỡ trẻ em nạn nhân chiến tranh trên khắp thế giới.

Năm 2006, bà được tổ chức YWCA (Mỹ) tôn vinh và trao tặng giải thưởng ghi nhận những việc làm vì cộng đồng của bà.

Năm 2008, trong bài phát biểu *"The long road to forgiveness"* (Đường dài đến sự tha thứ) trên đài Phát Thanh Quốc Gia NPR của Canada, trong chương trình "This I Believe", bà nói: *"Sự tha thứ đã giải thoát tôi khỏi lòng thù hận. Nay vẫn còn nhiều vết sẹo trên thân thể tôi và sự đau đớn vẫn còn kéo dài, nhưng tâm tôi đã được an lành, lòng tôi đã được thanh tẩy."*

4.
EM BÉ NAPALM
VÀ CHÀNG PHÓNG VIÊN 21 TUỔI.

Từ đó đến nay, bà Kim Phúc được nhiều nơi trên thế giới mời đến nói chuyện về cuộc đời và trải nghiệm của bà trong cuộc sống đầy nghị lực. Bức ảnh **"Em bé Napalm"** làm lay động thế giới và góp phần tác động vào việc chấm dứt chiến tranh Việt Nam tiếp tục nhận được nhiều giải thưởng lớn trên thế giới. Hiện nay bà định cư tại Ontario, Canada cùng chồng và hai con.

Riêng phóng viên Nick Út sau 51 năm làm phóng viên chiến trường cho hãng thông tấn AP (Associated Press) đã chính thức nghỉ hưu vào tuổi 66. Nick Út từng đoạt giải Pulitzer (Spot News Photography) năm 1973 và nhiều giải thưởng lớn khác. Được biết, năm 1970 ông bị thương ở Cambodia. Và vào năm 1972 lúc 21 tuổi, sau khi chụp bức ảnh **"Em bé Napalm"**, ông tiếp tục bị thương. Đến nay, mảnh đạn vẫn còn nằm trong đùi của ông.

* BỐN BỨC ẢNH LÀM LAY ĐỘNG THẾ GIỚI VỀ CHIẾN TRANH VIỆT NAM.

ẢNH 1.

Hòa thượng Thích Quảng Đức tự thiêu trước Đại sứ quán Campuchia tại Sài Gòn năm 1963.

ẢNH 2.
Tướng Nguyễn Ngọc Loan nổ súng bắn chết đặc công của quân Giải Phóng, Tết Mậu Thân trên đường phố Sài Gòn năm 1968.

"All the News That's Fit to Print"

The New York Times

LATE CITY EDITION

NEW YORK, FRIDAY, FEBRUARY 2, 1968

PRESIDENT ASKS PAY-PRICE CURBS AND RISE IN TAX

INFLATION FEARED

Economic Report Says Failure to Act Risks a 'Feverish Boom'

LINDSAY REDUCES OUTLAY OF FUNDS FOR NEW SCHOOLS

M'NAMARA SAYS SOVIET DOUBLED ITS ICBM'S IN '67

STREET CLASHES GO ON IN VIETNAM, FOE STILL HOLDS PARTS OF CITIES; JOHNSON PLEDGES NEVER TO YIELD

NIXON ANNOUNCES FOR PRESIDENCY

ẢNH 3.

Cuộc tháo chạy tán loạn của đồng bào miền Nam khỏi Sài Gòn năm 1975.

THE END

JOHN EDWARDS
Mailman who is remaining in Saigon

THE Americans went out the way only they can. They staged an aerial spectacular, a Dunkirk in the sky that went on all day and deep into the flare-ridden night.

It was the biggest one-way trip in their history.

They went in their king-sized 'choppers . . . Green Giants . . . Hueys . . . Chinooks. And they went fast. Scrabbling and pushing their way into the big birds, with the curses of the Vietnamese ringing in their ears.

Their farewell from the broken, abandoned army of the Republic of Vietnam were fusillades of automatic fire, triggered as much in contempt as in anger.

So now there's nobody left in town any more. Except the Vietnamese for whom there's no way out.

And they crouch in a Saigon like it had never been—still and frightened, abandoned and waiting for its fate.

Pleading

What that fate will be we will know in a few days or hours when the new

Stairway to safety . . . Americans and refugees clamber to an airlift helicopter

ẢNH 4.
"Em bé Napalm" tại Tây Ninh năm 1972.

"Em bé Napalm" một năm sau vụ ném bom và phóng viên Nick Út ngày ấy và bây giờ.

"Em bé Napalm" ngày ấy
và bà Phan Thị Kim Phúc bây giờ.

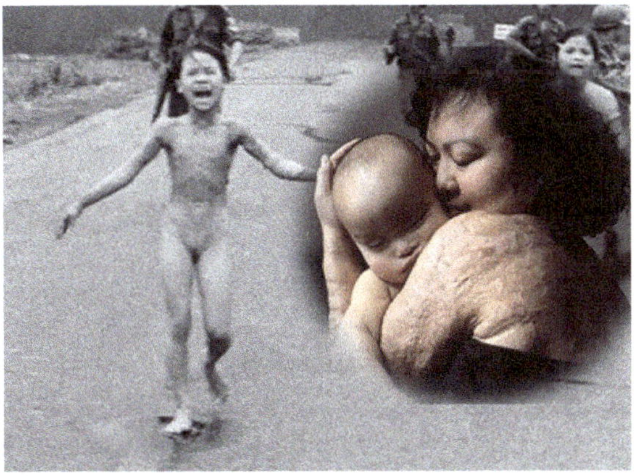

Phóng viên Nick Út và Phương Tấn
ngày 12 tháng 3-2017 tại Santa Ana City, CA, Hoa Kỳ.

TỪ CON ĐƯỜNG GIẢI PHÓNG DÂN TỘC ĐẾN VỤ THẢM SÁT TẾT MẬU THÂN Ở HUẾ

1. CHUYỂN HIỆN ĐẠO PHẬT VÀO THỜI ĐẠI

Ngày 11 tháng 6-1963, Hòa thượng Thích Quảng Đức tẩm xăng tự thiêu cạnh trường Trung học Trường Sơn ngay góc đường Lê Văn Duyệt, Sài Gòn nơi tôi đang học. Ngày 15 tháng 8 năm 1963, ni cô Diệu Quang 27 tuổi tự thiêu tại quận Ninh Hòa, Khánh Hòa... Dẫn tới việc xóa bỏ chính quyền Ngô Đình Diệm.

Năm 1963, tôi học cùng trường ngang lớp với Quách Thị Trang nhưng khác ban. Tôi học đệ nhất C (ban văn chương) còn Quách Thị Trang học đệ nhất B (ban toán). Cô sinh hoạt trong Gia đình Phật tử Minh Tâm, pháp danh Diệu Nghiêm. Quách Thị Trang bị trúng đạn trong một cuộc biểu tình trước chợ Bến Thành, mất ngày 25 tháng 8 năm 1964. Sau 1975, chính quyền Cộng Sản miền Bắc công nhận cô là liệt sĩ.

Năm 1965, giữa tình hình rối mù của miền Nam, tôi thường nghĩ đến cái gọi là "Mặt Trận Dân Tộc Giải Phóng Miền Nam Việt Nam", và nghĩ nhiều đến Cha của tôi - người Cha theo "cách mạng" từ ngày tôi còn quá nhỏ, đâu nhớ mặt Cha và được âu yếm gọi tên Cha. Tôi làm các bài thơ: *Cha Và Con, Thư Gửi Cha Bên Kia Sông Bến Hải...* trong tâm trạng xót đau tột cùng đó.

Tôi buồn thấm đẫm cả hồn xác cái màu "cờ đỏ sao vàng" suốt bao năm nên đã làm bài thơ *Hòa Bình, Hòa Bình Đường Xa Lăng Lắc*. Và, ám ảnh cái thảm cảnh *Túy Ngọa Sa Trường Quân Mạc Tiếu* trong bài thơ Lương Châu Từ của Vương Hàn thời Thịnh Đường nên tôi đã lấy câu thơ này làm tựa đề cho một bài thơ của tôi. Tôi vẫn thường nghĩ một ngày nào đó, khi nằm xuống tôi sẽ không còn ai bên mình, một tay tôi phải tự vuốt mắt mình, tay kia tự vòng lấy tấm lưng đặt xuống cùng cỏ dại... Áo quan là trời cao... khép lại... như trong bài thơ: *Dạt Bên Đời Chỉ Có Bóng Và Ta*.

Thời gian này những lúc buồn, tôi thường đến chùa Giác Minh đường Phan Thanh Giản, Sài Gòn thăm Hòa thượng Thích Đức Nhuận -

Chánh thư ký viện Tăng Thống, giáo sư Phân khoa Phật học và Triết học Đông phương Viện Đại học Vạn Hạnh. Thầy rất thương tôi. Hai thầy trò thường uống trà, đàm đạo chuyện đời chuyện đạo. Thầy dạy tôi về đạo hạnh. Đã có bi, có trí thì phải có dũng để thấy trách nhiệm của người trí thức trước hiện tình của dân tộc, trước sự khổ đau của đồng bào. Thầy tiếc cho tôi không thể ghi danh theo học Viện Đại học Vạn Hạnh vì ngày vào lính của tôi đã đến gần nên có học cũng dở dang.

Nay tôi vẫn còn giữ tác phẩm *"Chuyển Hiện Đạo Phật Vào Thời Đại"* của thầy ký tặng tôi trong ngày giỗ tổ Hùng Vương 1967 tại Sài Gòn. Những năm 1983, 1984 thỉnh thoảng tôi có đến thăm thầy dưới dạng người đi bán nhang đèn cho chùa để tránh sự dòm ngó của công an. Một hôm, thầy đọc cho tôi chép vào mảnh giấy nhỏ một thông điệp do thầy viết và bảo học thuộc ngay rồi xé bỏ giấy, tôi đọc mà đau xé cả hồn xác. Nghe lời thầy, tôi có liên lạc một số Phật tử thân tín của thầy. Không bao lâu, tôi được tin thầy bị bắt. Năm 1993, thầy ra tù và mất vào đầu năm 2002.

Tội danh "Tổ chức chống cách mạng" mà chính quyền Cộng Sản gán cho thầy, làm tôi chợt nhớ một đoạn trong bài thuyết giảng *"Sứ mệnh người Phật tử đối với Dân tộc và Đạo pháp"* của thầy, trong buổi Hội thảo do Đoàn sinh viên Phật tử Sài

Gòn tổ chức tại Tổng vụ Thanh niên năm 1968 mà tôi được nghe: "*Trước những đòi hỏi cấp bách của tình thế đất nước, do tinh thần phụng sự dân tộc và đạo pháp quá nhiệt thành của toàn thể Phật tử Việt Nam, giáo hội chúng ta đã phải đứng ra làm một cuộc vận động lịch sử dân tộc hết sức quyết liệt, có nhiều kháng lực nguy hiểm*".

2.
TỪ GIÃ HỌC ĐƯỜNG VÀ NHỮNG NGƯỜI BẠN CỘNG SẢN

Như bao thanh niên thời loạn, năm 1968 tôi từ giã trường Luật và Văn Khoa Sài Gòn sau hơn 3 năm theo học để chuẩn bị vào lính.

Từ giã trường Luật, nơi mà tôi mơ ước sẽ trở thành luật sư để bào chữa miễn phí cho đồng bào nghèo. Cũng tại đây, tôi đã kết thân cùng anh Trần Triệu Luật. Anh viết báo viết văn, học trên tôi và là một thành viên trong Ban chấp hành của Tổng hội Sinh viên Sài Gòn nhiệm kỳ 1963-1968. Anh và tôi thường trao đổi, nhiều khi gay gắt về con đường "Giải phóng dân tộc" giữa Quốc Gia và Cộng Sản, lúc thì ở quán nước đường Duy Tân lúc thì ở nhà anh ở đường Da Bà Bầu. Anh nghiêng về chủ nghĩa Cộng Sản.

Anh cũng như một số anh em trí thức trẻ miền Nam thời ấy khẳng định không có một con đường nào "Giải phóng dân tộc" ngoài chủ nghĩa Cộng Sản. Thật tình, tôi không biết miền Bắc có đang thật sự phồn vinh và tự chủ tự cường không mà phải "Giải phóng miền Nam" một cách huyễn hoặc, tạo nên một cuộc nội chiến tương tàn, thảm khốc. Cả hai miền đều rước ngoại bang về dày xéo quê cha đất tổ. Anh Trần Triệu Luật thổ lộ sẽ thoát ly vào chiến khu trong Tết Mậu Thân. Anh nói năng từ tốn, dễ mến mặc dù tôi không đồng quan điểm với anh về con đường "Giải phóng dân tộc". Anh đã đi trong ngày 29 Tết. Thương anh cùng nhà thơ Trần Quang Long đã mất sau 10 tháng ở chiến khu Cộng Sản, tôi đã làm bài thơ *Con Vật Có Hai Chân.*

CON VẬT CÓ HAI CHÂN

Đêm nay giữa chiến khu
Ai cười như rót máu
Nhỏ xuống quan tài tôi
Lăn trong cùng kẽ ván
Nhỏ trong cùng đêm đen

Lăn trong cùng nỗi chết
Nhỏ trong cùng thân tôi.

Bầy người bầy người nữa
Da vàng hơn buổi chiều
Những buổi chiều Việt Nam
Qua những con đường chết.

Người chết người chết nữa
Những cái đầu ai kia
Cùng những cánh tay rời
Những cái mình ai kia
Lửa thơm mùi thịt mới
Con vật có hai chân
Tôi cười sao như khóc
Con vật có hai chân
Tôi khóc sao như cười.

Cười mà rơi nước mắt
Con vật có hai chân
Khóc mà ngỡ như cười
Con vật có hai chân.

Trời không còn phương đậu
Đất không còn quê hương!

(Mậu Thân 1968)

Bài thơ *Con Vật Có Hai Chân*, làm tôi nhớ lại bài thơ *Đợi Bóng* tôi làm năm 14 tuổi (1960) cách đó 8 năm về người Cha theo Cách Mạng:

ĐỢI BÓNG

Cha tôi theo cách mạng
Huyễn mộng giữa đất trời
Sầu đùn theo năm tháng
Mẹ đợi bóng ma trơi.

(Đà Nẵng 1960)

Tôi cũng từ giã trường Văn Khoa, nơi có các anh Nguyễn Vạn Hồng, Bùi Hồng Sĩ, Phạm Quốc Bảo... rất thương tôi. Các anh vừa là bạn vừa là đàn anh, học trên tôi, chủ trương nguyệt san Đối Thoại - tiếng nói của sinh viên Đại học Văn Khoa Sài Gòn mà tôi là thành viên trong ban biên tập. Anh Nguyễn Vạn Hồng sôi nổi và thật dễ thương. Anh cũng đồng quan điểm với anh Trần Triệu Luật về con đường "Giải phóng dân tộc". Quan điểm này, làm tôi nghĩ đến một số anh em mà tôi thân quen như Lê Hiếu Đằng (Thành viên Ban chấp hành Tổng hội Sinh viên Sài Gòn và Trường Đại học Luật khoa Sài Gòn trước 1975), Nhà thơ Huy Giang - Nguyễn Đăng Trừng (Chủ tịch Tổng hội Sinh Viên Sài Gòn, nhiệm kỳ 1967-1968), các nhà thơ, nhà văn, nhà báo, nhạc sĩ: Lê Văn Ngăn, Trần Vàng Sao, Phan Trước Viên, Phan Duy Nhân, Vũ Đức Sao Biển, Phạm Thế Mỹ...

3.
HAI CHỮ MẬU THÂN NGÚT NGÀN ĐỚN ĐAU.

Năm 1968, năm tôi vào lính gắn liền với hai chữ Mậu Thân ngút ngàn đớn đau, ám ảnh tôi không phải một ngày mà cả đời tôi. Ngày 31 tháng 01 năm 1968, Quân Đội Bắc Việt cùng Quân Giải Phóng Miền Nam Việt Nam gọi chung Việt Cộng đã tấn công vào nhiều thành phố ở miền Nam trong đó có Sài Gòn, nhưng nặng nhất suốt 26 ngày đêm là thành phố Huế. Khoảng 80% thành phố Huế bị phá hủy, hàng trăm ngàn đồng bào bị mất nhà cửa, bị thương vong, bị mất tích, bị bắt cóc, bị tra tấn, bị đập đầu, bị thủ tiêu, bị hành quyết và bị chôn sống trong các hố chôn tập thể. Tội ác của những người Cộng Sản và vụ thảm sát ở Huế đã bị thế giới lên án, và nhà văn Nhã Ca trong hồi ký *"Giải Khăn Sô Cho Huế"* đã kể lại thảm họa Mậu Thân trong những ngày bà ở Huế.

Khi nói về vụ thảm sát Mậu Thân, người dân miền Nam không ai không nhắc đến nhà văn, nhà giáo Hoàng Phủ Ngọc Tường – Tổng thư ký của "Liên Minh Dân Tộc Dân Chủ Và Hòa Bình", không những là người chỉ đạo mà còn là người viết hiệu triệu kêu gọi nhân dân Huế nổi dậy. Bên cạnh Hoàng Phủ Ngọc Tường còn có người em ruột là nhà văn Hoàng Phủ Ngọc Phan và Nhà Huế học Nguyễn Đắc Xuân...

Trong một cuộc phỏng vấn của ông Nguyễn Đức Tùng công bố vào tháng 6-2015 (kéo dài hơn 7 năm để Hoàng Phủ Ngọc Tường bổ sung và đọc kỹ văn bản), Hoàng Phủ Ngọc Tường đã nói: "*Đúng thế. Chúng ta đã nổ súng vào nhau và vết thương vẫn còn.... Đúng là những vết thương sâu, rất khó lành của dân tộc chúng ta*". Ở một câu trả lời khác, Hoàng Phủ Ngọc Tường nói: "*Trong vụ Mậu Thân thì giết lầm rất nhiều. Ví dụ như tôi nhớ rằng trong mặt trận Huế có phân công cho một người là ông... tỉnh đội trưởng nắm giữ mặt trận phía trái, phụ trách vùng Phú Cam. Họ giết người nhiều ở mặt trận này*".

Cũng ở cuộc phỏng vấn này, Hoàng Phủ Ngọc Tường đã cho biết một sự thật vô cùng đau lòng về anh Lê Hữu Bôi (Chủ tịch Tổng hội Sinh Viên Sài Gòn, nhiệm kỳ 1964-1965) – một người bạn, một người anh mà tôi vô cùng quý mến. Hai anh em thường trao đổi về chiến tranh Việt Nam. Anh còn giúp tôi viết bài, trả lời phỏng vấn khi tôi điều hành tạp chí Sau Lưng Các Người năm 1963 ở Sài Gòn. Hoàng Phủ Ngọc Tường nói: "*Có lần, trên một dốc núi, một người bạn của tôi là anh Lê Hữu Bôi, Chủ tịch Tổng hội Sinh viên Sài Gòn, đã bị giết. Anh ấy cũng người cùng quê Quảng Trị, tuy học ở Sài Gòn nhưng về Huế đi tu ở chùa Tường Vân, rồi bị bắt đi từ chùa Tường Vân trong Tết Mậu Thân".* Cũng qua cuộc phỏng có một số câu hỏi của ông Nguyễn Đức Tùng và trả lời của Hoàng Phủ Ngọc Tường làm tôi xót đau và suy ngẫm:

*** Nguyễn Đức Tùng:**

Cuộc chiến tranh vừa qua, mặc dù đã chấm dứt từ lâu, vẫn còn tiếp tục chia rẽ mọi người. Và sẽ còn lâu dài, xuyên suốt các thế hệ. Điều này thường bị cố tình coi nhẹ (underestimated). Đọc lịch sử, tôi tin là người Việt Nam rất yêu nước và đã từng chiến thắng nhiều cuộc chiến tranh chống xâm lược. Thế mà năm 1975, theo lời của cố Thủ tướng Võ Văn Kiệt, lần đầu tiên có chuyện lạ lùng là nửa nước thì vui, nửa nước thì buồn. Hiện nay, cuộc chiến tranh Nam Bắc đối với một số người từ cả hai phía vẫn còn là hận thù, đối với một số người khác là phẫn nộ trước lịch sử, và đối với nhiều người khác là vết thương tâm hồn, là sự hoài niệm về một nền Cộng hòa đã bị xóa bỏ, một nền tự do mà theo tôi nửa là hoàn toàn có thật, nửa là chưa bao giờ kịp có thật.

*** Nguyễn Đức Tùng:**

Năm 1966, điều gì dẫn anh đến với Mặt trận Giải phóng miền Nam? Đó là tình yêu nước, muốn đánh đuổi ngoại xâm, tương tự như ngày xưa những người đi kháng chiến chống Pháp năm 1945, hay là niềm tin vào chủ nghĩa Cộng Sản trên toàn thế giới? Niềm tin vào chủ nghĩa Marx?

*** Hoàng Phủ Ngọc Tường:**

Chủ nghĩa Marx. Niềm tin vào chủ nghĩa Marx. Là một thanh niên mới lớn, đứng trước những bất công xã hội thời đó, tôi không hài lòng với những biện pháp tạm thời mà tin vào cách giải quyết triệt để hơn. Điều đó tôi tìm thấy ở học thuyết Cộng Sản.

*** Nguyễn Đức Tùng:**

Chị Lâm Thị Mỹ Dạ (*) vừa mới kể với tôi rằng lúc đó có người bạn của anh than phiền trong lúc người ta tìm cách xin ra khỏi đảng thì anh lại tìm cách xin vào.

*** Hoàng Phủ Ngọc Tường:**

Tôi muốn chứng minh rằng tôi trung thành với niềm tin thời tuổi trẻ, và với lý tưởng Cộng Sản của tôi.

*** Nguyễn Đức Tùng:**

Tôi nghĩ, vụ tàn sát trong tết Mậu Thân ở Huế là một tội ác chống nhân dân. Và không có gì có thể biện hộ cho nó cả.

(*) Vợ của Hoàng Phủ Ngọc Tường

Phương Tấn
(California USA, 2021)

* TẾT MẬU THÂN Ở HUẾ

Thành phố Huế bị phá nát trong Tết Mậu Thân.

Nỗi hãi hùng của đồng bào Huế trong Tết Mậu Thân.

CHINH-LUAN
12-4-69

Những hình ảnh thê thảm khi khai quật các hầm chôn tập thể ở Huế

TẤT CẢ ĐỀU BỊ ĐẬP BỂ ĐẦU
bằng cán cuốc rồi lấp vội dưới cát

● MỘT PHẾ BINH CỤT HAI CHÂN CŨNG BỊ HẠ SÁT

SAIGON 11-4.- Các vụ khám phá liên tiếp những hầm chôn xác tập thể nạn nhân biến cố Tết Mậu Thân ở Huế đã làm xôn xao dư luận, làm mủi lòng đồng bào trong toàn quốc. Phái viên Việt Tấn Xã đã tường thuật chi tiết những vụ khai quật các hầm trên như sau :

PHÁI ĐOÀN BÁO CHÍ RA HUẾ QUAN SÁT TẠI CHỖ NHỮNG CẢNH
DÃ MAN HƠN THỜI TRUNG CỔ, TÀN ÁC HƠN PHÁT XÍT ĐỨC

ĐÃ TÌM THẤY NGÓT 2.000 XÁC
CHẮC SẼ CÒN KIẾM ĐƯỢC TRÊN 3.000

● TÂN CHUNG

Báo chí viết về Thảm sát Tết Mậu Thân Ở Huế.

Khai quật những hố chôn xác người tập thể ở Huế trong Tết Mậu Thân.

"Giải Khăn Sô Cho Huế" của nhà văn Nhã Ca xuất bản năm 1969. Dịch giả Olga Dror dịch sang tiếng Anh "Mourning Headband for Hue" (Indiana University Press xuất bản năm 2014).

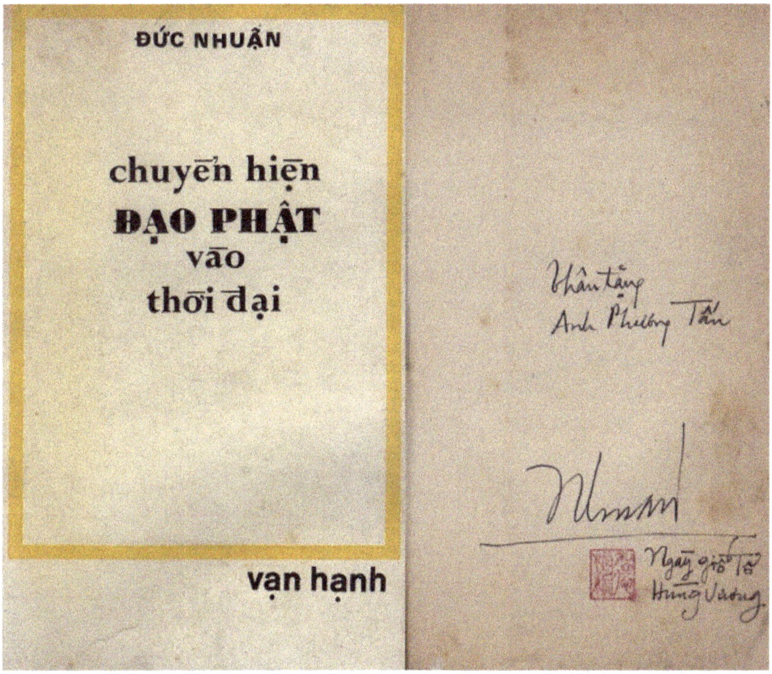

Thượng tọa Thích Đức Nhuận ký tặng Phương Tấn trong ngày giỗ tổ Hùng Vương 1967 tại Sài Gòn.

TÁC GIẢ TÁC PHẨM
PHƯƠNG TẤN

Tên thật: Nguyễn Tấn Phương
Sinh 1946 tại Đà Nẵng.

■ **Các bút hiệu đã ký:**

Phương Tấn, Nguyễn Tấn Phương, Hồ Tịch Tịnh, Thích Như Nghi, Người Thành Phố, NTP, Chị Ngọc Ngà, Phương Phương, Hồng Ân, Thái Thị Yến Phương...

■ **Các báo đã cộng tác:**

Tuổi Xanh, Tuổi Ngọc, Tuổi Hoa, Tinh Hoa, Áo Trắng, Mây Hồng, Phượng Hồng, Thằng Bờm, Phổ Thông, Mai, Thời Nay, Bách Khoa, Văn, Văn Học, Dân Ta, Ngàn Khơi, Khởi Hành, Hồn Văn, Tiểu Thuyết Tuần San, Quật Khởi, Cấp Tiến, Ý Thức, Văn Nghệ Tiền Phong, Phụ Nữ Diễn Đàn, Độc Lập, Đuốc Nhà Nam, Thế Hệ Trẻ, Ngôn Luận, Dân Chủ, Hòa Bình, Thế Đứng, Bạn, Bạn Trẻ, Công Luận, Thực Tế, Gió Mới, Kiến Thức Ngày Nay, Thể Thao, Thể Thao Ngày Nay, Văn Nghệ & Đời Sống, Điện Ảnh & Kịch Trường, Văn Tuyển, Văn Chương, Diệu Quang (Phật giáo), Vận Động, Quán Văn, Cửu Long, Đối Thoại (Đại học Văn Khoa), Lý Tưởng (Không Quân), Mối Dây (Hướng Đạo), Thương Yêu (Du Ca), Lập Trường (Huế), Sức Mạnh (Đà Nẵng), Sóng (Tuy Hòa), Sài Gòn Mới, Thư Quán Bản Thảo, Thế Giới Văn Học, Văn Hữu, Người Việt, Việt Báo, Việt Mỹ, Ngôn Ngữ, Ra Khơi, Chiến Sĩ Cộng Hòa...

◆ ***Và các trang mạng:***

Newvietart, Núi Ấn Sông Trà, Vuôngchiếu, Saimonthidan, Thang-phai.blogspot, Học xá, Văn Thơ Lạc Việt, Tuongtri, Việt Luận Úc Châu, Dutule.com, Art2all.net, Saigon_ocean, Vanchuongviet, Banvannghe, Hương Xưa, Sangtao.org...

■ **Chủ bút các tạp chí:**

1. *Sau Lưng Các Người* (1963)

2. *Cùng Khổ* (1968)

3. *Ngôn Ngữ* (1973)

4. *Ngôi Sao Võ Thuật* (1999 - 2010).

5. *Sổ Tay Võ Thuật* (1992 - 2014).

■ **Trong Ban chủ biên:**

1. *Đặc phái viên miền Trung Bán Nguyệt san Võ Thuật (trước 1975)*

2. *Nghiên Cứu Võ Thuật* (1990 - 1992)

3. *Tìm Hiểu Võ Thuật* (1990 -1992)

■ **Khởi xướng tại Việt Nam:**

1. *The International Festival Of Vietnamese Traditional Martial Arts (Liên Hoan Quốc Tế Võ Cổ Truyền Việt Nam).*

2. *Hong Bang International Martial Arts Festival (Đại Hội Võ Thuật Quốc Tế Hồng Bàng).*

▪ Tác phẩm đã xuất bản:

1. ***Rừng*** (Thơ in chung 1963, tuyệt bản).

2. ***Vỡ*** (Thơ in chung 1965, tuyệt bản).

3. ***Thơ Tình Của Một Thi Sĩ Việt Nam Trên Đất Mỹ*** (Thơ, xuất bản tại Hoa Kỳ 1970, tái bản tại Việt Nam 1971, tuyệt bản. Lưu trữ tại Cornell University Library USA năm 1970).

4. ***Khổ Lụy*** (Thơ 1971, tuyệt bản).

5. ***Trai Việt Gái Mỹ*** (Ký sự 1972, tuyệt bản).

6. ***Hòa Bình Ta Mơ Thấy Em*** (Bút ký 1972, tái bản 1974, tuyệt bản).

7. ***Võ Sư, Đại Lực Sĩ Hà Châu - Phá Sơn Hồng Gia Quyền*** (Võ thuật, 1992).

8. ***Sáu Khuôn Mặt Võ Lâm Việt Nam*** (Võ thuật, 1992).

9. ***Wushu - Võ Thuật Trung Hoa Cổ điển & Hiện Đại*** (Võ thuật, với Grand master Nguyễn Lâm, 1994).

10. ***Quảng Nam Võ Đạo*** (Võ thuật, một bộ 2 cuốn, 1995).

11. ***Thái Cực Võ Đạo*** (Võ thuật, 1997).

12. ***Antoine Le Conte, Người Mang Theo Quê Hương - Antoine Le Conte, Celui Qui Porte Son Pays Dans Son Coeur*** (Võ thuật, Việt - Pháp, 2008).

13. ***Những Người Mở Đường Đưa Võ Việt Ra Thế Giới - Pioneers Who Have Paved The Way For Vietnamese Martial Arts To The World*** (Võ Thuật, Việt - Anh - Pháp 2012, tái bản 2014).

14. ***Di Bút Của Một Người Con Gái*** (Thơ, bút hiệu Thái Thị Yến Phương xuất bản 2017, tái bản 2019).

15. ***Lục Bát Phương Tấn*** (Thơ 2018, tái bản 2023).

16. ***Lung Linh Tình Đầu*** (Thơ 2023).

17. ***THƠ PHƯƠNG TẤN - Tuyển tập 1*** (Thơ 2023).

18. Tuyển tập thơ văn THƯA MẸ (Thơ và Văn 2024).

19. Vớt Bình Minh Trong Đêm (Thơ 5 chữ, 2024).

20. Chết Sững Giữa Cơn Mơ (Thơ 2024).

21. Máu, Nước Mắt Và Tôi (Phóng sự, Ký sự 2025).

▪ Tác phẩm sẽ xuất bản:

1.*Hòa Bình Ta Mơ Thấy Em* (Bút ký, tái bản lần thứ hai có bổ sung).

2. *Tuyển tập thơ văn THƯA MẸ* (tái bản có bổ sung).

3. *Những Ngọn Nến Trong Cõi Ta Bà* (Bút ký).

4. *Di Bút Của Một Người Con Gái* (Thơ, tái bản lần thứ hai).

5. *Phương Tấn - Bạn Văn, Báo Chí Và Dư Luận.*

6. *THƠ PHƯƠNG TẤN, 2025*

7. *Tự Điển Võ Việt.*

▪ Thơ Phương Tấn có trong:

1.*Nhân Chứng* (150 tác giả hiện đại, Cơ sở Xuất bản Nhân Chứng 1967).

2.*Thơ Miền Nam Trong Thời Chiến* (Bộ sách 2 cuốn do Thư Ấn Quán (Hoa Kỳ) xuất bản năm 2009).

3.*Văn Học Miền Nam 1954 - 1975* (Bộ sách 2 cuốn. Nhận định, Biên khảo, Thư tịch do nhà phê bình văn học Nguyễn Vy Khanh biên soạn, Toronto Nguyễn Publishings (Canada) xuất bản năm 2016, tái bản năm 2018).

4.*Tác Giả Việt Nam - Vietnamese Authors* (Lê Bảo Hoàng sưu tập. Songvan Magazine xuất bản năm 2005, NXB Nhân Ảnh (Hoa Kỳ) tái bản 2006, 2017, 2020).

5.***Chân Dung Văn Nghệ Sĩ Việt*** (Bộ sách 2 cuốn. Nhà phê bình văn học, nhà thơ Ngô Nguyên Nghiễm biên soạn và giới thiệu, NXB Hội Nhà Văn xuất bản năm 2016, tái bản 2018).

6.***Thơ Việt Đầu Thế Kỷ 21*** (NXB Nhân Ảnh (Hoa Kỳ) tuyển chọn và xuất bản năm 2019).

7.***43 Năm Văn Học Việt Nam Hải Ngoại*** (Bộ sách gồm 7 cuốn do nhà phê bình văn học Nguyễn Vy Khanh, nhà thơ Luân Hoán, nhà văn - họa sĩ Khánh Trường thực hiện. NXB Mở Nguồn (Hoa Kỳ) xuất bản năm 2019).

8.***Những Vần Thơ Chạm Lửa*** (Nhà phê bình, nhận định thơ Nguyễn Xuân Dương biên soạn và giới thiệu. NXB Đại học Thái Nguyên xuất bản năm 2019).

9.***10 Nhà Thơ Việt*** (Nhà phê bình văn học, nhà thơ Ngô Nguyên Nghiễm biên soạn và giới thiệu. NXB Hội Nhà Văn xuất bản năm 2019).

10.***Nhà Thơ Nhà Văn Việt Giữa Thế Kỷ XX*** (Một bộ 3 cuốn do nhà phê bình văn học, nhà thơ Ngô Nguyên Nghiễm biên soạn và giới thiệu, NXB Hội Nhà Văn xuất bản năm 2020).

11.***Chân Dung Bạn Văn*** (Nhà thơ, nhạc sĩ Phan Ni Tấn biên soạn và giới thiệu qua online)

12.***Theo Gót Thơ*** (Hà Khánh Quân tuyển chọn và giới thiệu, NXB Nhân Ảnh (Hoa Kỳ) xuất bản năm 2018)

13.***Hư Ảo Tôi*** (Tạp chí Văn học Nghệ thuật Tuong Tri (Hoa Kỳ) tuyển chọn và xuất bản năm 2018)

14.***Về Nhánh Sông Xưa*** (Nhà thơ Cao Thoại Châu tuyển chọn và giới thiệu năm 2019)

15.***Thơ Những Người Thua Cuộc - Poems Of The Losers*** (Nhà thơ Nguyễn Hữu Thời tuyển chọn, dịch thuật và giới thiệu, NXB Sống (Hoa Kỳ) xuất bản năm 2019)

16. ***Thơ Người Việt Ở Hải Ngoại*** (Nhà thơ Lý Phượng Liên và nhà thơ Nguyễn Nguyên Bảy tuyển chọn và giới thiệu năm 2019)

17. ***Tình Nghĩa Mẹ Cha*** (NXB Nhân Ảnh (Hoa Kỳ) tuyển chọn và giới thiệu năm 2020)

18. ***Tuyển Thơ Tình Người*** (Nhà thơ Lê Quý Long tuyển chọn và giới thiệu tập 1+2+3 năm 2022 +2023+2024)

19. ***Tình Thơ Quê Hương*** (NXB Nhân Ảnh (Hoa Kỳ) tuyển chọn và giới thiệu năm 2023)

20. ***Cuộc Phẫu Thuật Văn Chương*** **Nhiều tác giả** (Nhà thơ Lê Mai Lĩnh tuyển chọn và giới thiệu năm 2023)

21. ***Nhịp Điệu Việt - The Rhythm Of Viet Nam*** (Nhiều tác giả. Nhà thơ, dịch giả Võ Thị Như Mai tuyển chọn và chuyển ngữ năm 2023)

...

■ **Báo chí thực hiện chuyên đề:**

1. Tạp chí Văn học Nghệ thuật QUÁN VĂN (VN) số 96 tháng 5-2023 – CHÂN DUNG VĂN HỌC NHÀ THƠ PHƯƠNG TẤN.

2. Tạp chí Văn học Nghệ thuật NGÔN NGỮ (Hoa Kỳ) số 31 tháng 1-2024 – SỐ ĐẶC BIỆT PHƯƠNG TẤN.

3. Tạp chí Văn học Nghệ thuật NGÔN NGỮ (Hoa Kỳ) tháng 1-2025, ấn bản – PHƯƠNG TẤN – BẠN VĂN, BÁO CHÍ VÀ DƯ LUẬN.

MỤC LỤC

PHƯƠNG TẤN

MÁU, NƯỚC MẮT VÀ TÔI

Phóng sư – Ký sự

1. Đà Nẵng – Máu, Nước Mắt Và Tôi **15**

2. Trung Úy Nguyễn Thành Trung –
Người Dội Bom Dinh Độc Lập Là Ai? **65**

3. Em Bé Napalm - Bức Ảnh Làm Lay Động
Thế Giới Về Chiến Tranh Việt Nam **77**

4. Từ Con Đường Giải Phóng Dân Tộc
Đến Vụ Thảm Sát Tết Mậu Thân Ở Huế **89**

NHÂN ẢNH
2025

Liên Lạc Tác Giả
Phương Tấn
phuongtanlacdatuton@yahoo.com
Liên Lạc Nhà Xuất Bản
Nhân Ảnh
han.le3359@gmail.com

www.ingramcontent.com/pod-product-compliance
Lightning Source LLC
LaVergne TN
LVHW051112051026
849532LV00004BB/1525